AF747318

# പൂർണ

**2024**

---

## കെ. പി. അബൂബക്കർ

1955–ൽ വടകരയിൽ ജനിച്ചു. പിതാവ്: കെ. പി. അബു. മാതാവ്: സി. മറിയം. വള്ളിക്കാട് എം. യു. പി. സ്കൂൾ, നടക്കുതാഴ എം. യു. പി. സ്കൂൾ, വടകര ബി. ഇ. എം. ഹൈസ്കൂൾ, മടപ്പള്ളി ഗവ. കോളേജ് എന്നിവിടങ്ങളിൽ വിദ്യാഭ്യാസം. ബഹ്റൈനിലും ഖത്തറിലുമായി ദീർഘകാലം പ്രവാസ ജീവിതം നയിച്ചു. ഇപ്പോൾ ഖത്തറിൽ ജോലി ചെയ്യുന്നു. പുസ്തകങ്ങൾ: 'ജീവിച്ചിരിക്കുന്നവന്റെ ശവപ്പെട്ടി', 'ആണ്ടി മാണിക്യന്റെ കണ്ണ്', 'ഹിറാഗുഹയിലെ സൂര്യൻ' ചരിത്രാഖ്യായിക, 'പശു', 'ആളില്ലാത്ത വീട്'. ഭാര്യ: ടി പി. റാബിയ. വിലാസം: 'നശീദ', നടക്കുതാഴ, വടകര–4.

കഥകൾ

കെ. പി. അബൂബക്കർ

# തെരുവ് ഇപ്പോൾ എത്ര ശാന്തമാണ്!

പൂർണ പബ്ലിക്കേഷൻസ്, കോഴിക്കോട്
കോഴിക്കോട് ▪ കല്പറ്റ ▪ തിരുവനന്തപുരം

Poorna Publications

**Theruvu Eppole Ethra Santhamanu!**
Stories
**K. P. Aboobacker**

Malayalam
First Edition: May 2024

Cover: Rabeesh

Typesetting: Poorna Clt.

ISBN: 978-81-300-2700-5
10362(1-2024)339.I.m.0.e



*Published by:*
**POORNA PUBLICATIONS, KOZHIKODE**
TBS Building, G.H. Road, Kozhikode-673001
Ph:0495-2720085, 2720086, 2721025

Branches: **Kalpetta** 04936-203842
**Thiruvananthapuram** 0471-2570504

e-mail:tbsbook@gmail.com
Online Bookstore: www.tbsbook.com

# കഥയുടെ സാമൂഹ്യപ്രതിബദ്ധത

**ഓ**രോ എഴുത്തുകാരനും തന്റേതായ ലോകത്തോടും അനുഭവപരിസരങ്ങളോടും നീതിപുലർത്തുന്നത് രചനകളിലെ സാമൂഹ്യപ്രതിബദ്ധത കൊണ്ടുകൂടിയാണ്. വൈയക്തികങ്ങളായ അനുഭവങ്ങളാണ് അദ്ദേഹം കഥകൾക്ക് വിഷയമാക്കുന്നതെങ്കിലും പൊതുവായ മാനവികഭാവങ്ങളിൽ നിന്ന് മാറിനിൽക്കാനാവില്ല. സമകാലികതയുടെയും ബഹുസ്വരതയുടെയും അപരസ്വീകാര്യതയുടെയും പാഠങ്ങളാവും അവയെ സഹൃദയർക്ക് ബോധ്യമുള്ളവയാക്കുക.

'ഒടുവിൽ' മുതൽ 'ആളില്ലാത്ത വീടു'വരെ നീളുന്ന മുപ്പത്തൊമ്പത് ചെറുകഥകളുടെ സമാഹാരമാണ് കെ. പി. അബൂബക്കർ രചിച്ച 'തെരുവ് ഇപ്പോൾ എത്ര ശാന്തമാണ്!' എന്ന ഈ പുസ്തകം. കഥകളോരോന്നും വ്യത്യസ്തവും ഹൃദയസ്പർശിയുമാണ്. കരുണയും ദയയും സ്നേഹവും സഹാനുഭൂതിയുമെല്ലാം കഥാവരികളിൽ ഇഴചേരുന്നു. മാനവികതയുടെ സാർത്ഥകമായ വീണ്ടെടുപ്പിനാണ് കഥാകൃത്തിന്റെ ശ്രമം. അതാകട്ടെ, അത്രയേറെ ശ്ലാഘനീയവുമാണ്. അതിനായി കഥാകൃത്ത് വിവിധ ആഖ്യാനക്രമങ്ങൾ സ്വീകരിക്കുന്നു. ഒരു രചനയുടെ നിഴൽ മറ്റൊന്നിൽ കാണാനാവില്ലെന്നും സന്തോഷപൂർവ്വം പറയട്ടെ. നന്മ പുലരാനുള്ള ഒരെഴുത്തുകാരന്റെ അദമ്യമായ ആഗ്രഹം ഇവയിലെല്ലാം കാണാനാവും.

ഈ കഥകളോരോന്നും വെവ്വേറെയുള്ള വിശകലനങ്ങൾ അർഹിക്കുന്നതാണ്. എന്നാൽ, സ്ഥലപരിമിതി മൂലം അതിനു തുനിയുന്നില്ല. ആത്യന്തികമായ മൂല്യനിർണയത്തിന് അധികാരം സഹൃദയർക്കു മാത്രമാണല്ലോ. ഉൾക്കരുത്തുള്ള ഒരു എഴുത്തുകാരന്റെ മികച്ച കുറെ കഥകൾ അവർക്ക് ഹൃദയപൂർവ്വം സമർപ്പിക്കുക മാത്രമാണ് എന്റെ ലക്ഷ്യം. കൂടുതൽ വൈവിധ്യമാർന്ന രചനകൾക്ക് കെ. പി. അബൂബക്കറിനെ കാലം കരുത്തനാക്കട്ടെ.

സ്നേഹാദരം

13/05/2024

ഡോ. കെ. ശ്രീകുമാർ

# മുഖവുര

ആദിമ മനുഷ്യന്റെ അധ്വാനവേളകളെ ആയാസകരമാക്കിയ വായ്ത്താരികളിൽ നിന്നു തന്നെയാണ് കലകളുടെ തുടക്കം. മുഗ്ദ്ധമായ കാനനങ്ങളിൽ കായ്കനികൾ തിന്നും ശിലാഖണ്ഡങ്ങളും മരച്ചീളുകളും ഉപയോഗിച്ച് ചെറുജീവികളെ വേട്ടയാടിപ്പിടിച്ചും കഴിഞ്ഞ നാളുകൾ. ആന്തരികമായ അദ്ഭുതത്തിന്റെ വിസ്ഫോടനമെന്ന നിലയിൽ ആദിമ വാക്ക് പൊട്ടി വിടരുന്നു. പിന്നെ വാക്കുകൾ കൊരുത്ത് വെച്ച് അവൻ കഥ പറയാൻ തുടങ്ങി. വിഹായസ്സിന്റെ അനന്തതയിൽ പൊട്ടി വിടർന്ന് പുളയുന്ന മിന്നലുകളെക്കുറിച്ച്, ഇളം തളിരുകളും വർണ്ണ വൈവിധ്യംചാർത്തുന്ന പൂക്കളും വിടർത്തി മരത്തലപ്പുകളിലും വള്ളിപ്പടർപ്പുകളിലും ചേക്കേറുന്ന വസന്തത്തെക്കുറിച്ച്, കൂട്ടത്തിൽ നിന്ന് മറഞ്ഞുപോവുന്ന മനുഷ്യരെക്കുറിച്ച് ഒക്കെ അവൻ കഥനം നടത്തി.

ആദ്യം ഉണ്ടായത് പാട്ടായാലും കഥയായാലും ജീവിത വികാസത്തിന്റെ എല്ലാ ഘട്ടങ്ങളിലും മാനവന് ഹൃദ്യനിമിഷങ്ങൾ സമ്മാനിച്ചിരുന്നു ആ കഥ പറച്ചിൽ. പൂർവ്വസൂരികൾ കഥകളുടെ മഹാസാഗരങ്ങൾ തന്നെ സൃഷ്ടിച്ചു വെച്ചിട്ടുണ്ട്. രാമായണത്തിലും മഹാഭാരതത്തിലും പരിപൂർണ്ണതയിലെത്തിയ ധാരാളം കഥകളുണ്ട്. വിക്രമാദിത്യ കഥകൾ, പഞ്ചതന്ത്ര കഥകൾ, മുത്തശ്ശി കഥകൾ, അറേബ്യൻ കഥകൾ തുടങ്ങി കഥകളുടെ മഹാകാനനങ്ങൾ.

കഥകളിൽ നിന്ന് വീണ്ടും കഥകൾ. വീണ്ടും വീണ്ടും കിളിർത്തു വരുന്ന കഥകളുടെ മുകുളങ്ങൾ. ഛന്ദസ്കൃത കാവ്യങ്ങൾ ഹൃദയത്തെ പുളകച്ചാർത്തണിയിച്ച കാലത്തും ഗദ്യത്തിൽ മഹാകാവ്യങ്ങൾ രചിച്ച ബാണഭട്ടർ വേറിട്ടുനില്ക്കുന്നു. ഹർഷചരിതവും കാദംബരിയും അദ്ഭുതപ്പെടുത്തിക്കൊണ്ട് ഔന്നത്യത്തിൽ വിരാജിക്കുന്നു.

ശ്രീകോവിലിനകത്ത് നിന്ന് കേൾക്കുന്ന കഥകൾക്ക് വേണ്ടി പുറമെ ചെവിയോർത്ത് നില്ക്കുകയാണ് ഇപ്പോഴും ശാന്തിക്കാരൻ. ക്ഷിപ്രകോപിയായ സംഹാരമൂർത്തിയുടെ ശാപമേറ്റ് വേതാളമായി മാറിയാലും വേണ്ടില്ല, പാർവ്വതീദേവിയുടെ ദയാവായ്പിൽ എന്നെങ്കിലും മോക്ഷമുണ്ടാവുമെന്ന പ്രത്യാശയിലാണ് അദ്ദേഹം. പക്ഷേ, വേതാളം പറഞ്ഞ 24 ാമത്തെ കഥയുടെ അന്ത്യത്തിൽ ചോദിച്ച ചോദ്യത്തിന് ഉത്തരമേകാനാവാതെ നിൽക്കുന്ന വിക്രമാദിത്യനെ പോലെ അനുദിനം മാറുന്ന കഥാപ്രപഞ്ചത്തിൽ പുതിയ രചനാസങ്കേതങ്ങളും നവ്യമായ ആഖ്യാനരീതികളും നവീകരണത്തിന്റെ വഴികളും തേടി ഉത്തരം കിട്ടാത്ത ചോദ്യങ്ങൾക്കു മുന്നിൽ പകച്ചു നില്ക്കുകയാണ് ഇന്ന് രചയിതാവ്.

ഷഹർസാദ ഇപ്പോഴും കഥകൾ പറഞ്ഞുകൊണ്ടിരിക്കുകയാണ്. വിരസരാവുകളെ രസനിമിഷങ്ങളാക്കി മാറ്റാനുള്ള ശ്രമത്തിലാണ് അവൾ. കേൾവിക്കാരായി സഹോദരി ദുനിയസാദയും ഷെഹരിയാർ രാജാവും. രാജാവിന്റെ മനസ്സിലെ പകയും കന്മഷവും അലിയിച്ചു കളയാൻ വേണ്ടി മാത്രമല്ല, സ്വന്തം ജീവനെ രക്ഷിച്ചെടുക്കാൻ കൂടിയാണ് ആ കഥാകഥനം. സ്വയം വിമലീകരിക്കാനും മറ്റുള്ളവരെ സ്ഫുടം ചെയ്തെടുക്കാനും. ലോകം മുഴുവൻ ശ്രോതാക്കളാവണമെന്നാണ് ഇന്നത്തെ രചയിതാവിന്റെ ഇച്ഛ.

പക്ഷേ, ഇന്ന്.... സൈബർലോകം അപഹരിച്ചു കൊണ്ടുപോവുകയാണ് ആധുനിക മനുഷ്യന്റെ സമയത്തിൽ ഏറിയ പങ്കും. വായന നടക്കുന്നില്ലേ എന്ന് ചോദിച്ചാൽ, ഉണ്ട് എന്ന് തന്നെയാണ് ഉത്തരം. അവിടെ നെല്ലും പതിരും വേർതിരിച്ചെടുക്കാൻ പ്രയാസമാണ്. വായനയെ മലീമസമായ തലത്തിലെത്തിക്കാനും അത് കാരണമാവും. നാലുപാട് നിന്നും മാലിന്യങ്ങൾ വന്ന് കുമിഞ്ഞ് കൂടുകയാണല്ലോ അവിടെ. യാതൊരുവിധ നിയന്ത്രണങ്ങൾക്കും എഡിറ്റിംഗുകൾക്കും വിധേയമാവാതെ തോന്നിയ പോലെ എഴുതി നിറക്കാവുന്ന ഇടം. അവികലമായ അക്ഷരജ്ഞാനം പോലും അവിടെ ആവശ്യമില്ല.

കേസരി ബാലകൃഷ്ണ പിള്ള, കുട്ടികൃഷ്ണ മാരാർ, മുണ്ടശ്ശേരി, എം. പി. പോൾ, സുകുമാർ അഴീക്കോട്, എം. അച്യുതൻ, കെ. പി. അപ്പൻ, എം. എൻ. വിജയൻ തുടങ്ങിയ മഹാമനീഷികളായ നിരൂപകർ രംഗത്ത് നിറഞ്ഞുനിന്ന പുഷ്കലകാലം ഓർത്തു പോവുന്നു. സാഹിത്യമണ്ഡലം എത്ര സജീവമായിരുന്നു അന്ന്!

മാർഗദീപം തെളിച്ചു കൊണ്ട് അവർ എഴുത്തുകാരനെ വഴിനടത്താൻ ശ്രമിച്ച കാലം. ലോകത്തിന്റെ വിവിധ ഭാഗങ്ങളിൽ ഉദയം ചെയ്ത വെളിച്ചത്തിന്റെ കണികകൾ അവർ ഔത്സുക്യത്തോടെ ഇങ്ങോട്ട് ആവാഹിച്ചു കൊണ്ടുവന്നു. മറ്റൊരു പ്രവർത്തന രീതിയുമായി എം. കൃഷ്ണൻ നായരും ജി. എൻ. പിള്ളയും രംഗത്തുണ്ടായിരുന്നു. അത്തരം പ്രതിഭകളുടെ അഭാവം ഇന്ന് സാഹിത്യലോകത്തെ ചില്ലറയൊന്നുമല്ല വ്യാകുലമാക്കുന്നത്.

'എങ്ങു മനുഷ്യന് ചങ്ങല കൈകളി
ലങ്ങെൻ കയ്യുകൾ നൊന്തീടുകയാ
ണെങ്ങോ മർദ്ദനമവിടെ പ്രഹരം
വീഴുവതെന്റെ പുറത്താകുന്നു.' എന്ന് എൻ. വി. കൃഷ്ണവാരിയർ പാടിയത് ഈ അടുത്ത കാലത്താണ്. ആ പദ്യശകലം സർഗ്ഗപ്രവർത്തനങ്ങളുടെ ജീവനാഡി ആവേണ്ടതാണ്. ഇണക്കിളികളിലൊന്നിനെ അമ്പെയ്ത് വീഴ്ത്താൻ തുനിയവെ 'അരുത് കാട്ടാളാ' എന്നോതിക്കൊണ്ടായിരുന്നല്ലോ ആദികവിയുടെ രംഗപ്രവേശം. ധർമ്മത്തിന്റെയും നീതിയുടെയും പക്ഷത്ത് നില്ക്കേണ്ടവനാണ് എഴുത്തുകാരൻ. പക്ഷേ, ഇന്നത്തെ സ്ഥിതിയെന്താണ്? മർദ്ദകനൊപ്പം നിലയുറപ്പിക്കാനാണ് അധികപേരും ഇഷ്ടപ്പെടുന്നത്. കോലോത്ത് ചെന്നൊന്ന് പാടിയെങ്കിൽ നെല്ലുണ്ട് പോരുമ്പോൾ മുണ്ടും കിട്ടും. (കണ്ണനെന്ന കവി വി. ടി. കുമാരൻ) എന്ന അവസ്ഥയാണ് ഇപ്പോൾ ആളുകൾ പ്രമാണമാക്കുന്നത്.

മണിപ്പൂരിൽ സഹോദരികളായ സ്ത്രീകളെ പൂർണ്ണനഗ്നരാക്കി പരസ്യമായി നടത്തിയപ്പോഴും മാനം കവർന്നെടുത്തപ്പോഴും മൗനിയായിരിക്കാൻ എഴുത്തുകാരന് കഴിയുന്നതെന്തുകൊണ്ടാണ്? സഹോദരങ്ങളുടെ ഭവനങ്ങളും സ്വത്തുക്കളും അഗ്നിക്കിരയാക്കുമ്പോഴും അവരെ തീയിട്ടു കൊല്ലുമ്പോഴും വെന്ത മനുഷ്യമാംസത്തിന്റെ ഗന്ധം പഥ്യമായവരെ പോലെ നിശബ്ദനാവാൻ കഴിയുന്നതെങ്ങനെയാണ്?

അങ്ങ് ഗാസയിൽ നിഷ്കളങ്കരായ പിഞ്ചുകുഞ്ഞുങ്ങൾ കൊല ചെയ്യപ്പെട്ടപ്പോൾ, നിരാലംബരും നിരപരാധികളുമായ നാൽപ്പതിനായിരത്തോളം സാധാരണ ജനങ്ങൾ ബോംബുവർഷത്തിൽ വധിക്കപ്പെട്ടപ്പോൾ മൗനവത്മീകത്തിൽ കയറി ഒളിക്കാൻ സർഗശക്തിയുള്ളവർക്ക് എങ്ങനെയാണ് സാധിക്കുന്നത്? എല്ലാ കൊലകളും അപലപിക്കപ്പെടേണ്ടത് തന്നെയാണ്. അത്തരം പീഡനങ്ങളും അതിക്രമങ്ങളും സർഗവ്യാപാരത്തിന്

വേണ്ടവിധത്തിൽ വിഷയീഭവിക്കാത്തത് എന്തുകൊണ്ടാണ്? ഫാസിസ്റ്റ് ശക്തികൾ അധികാരമുറപ്പിക്കുന്നതിന് വീണ്ടും വീണ്ടും കുരുതിക്കളങ്ങൾ സൃഷ്ടിക്കുന്നതിനെപോലും ന്യായീകരിക്കുവാൻ ചിലർ ഉദ്യുക്തരാവുന്നു. ആശങ്കകൾ വർദ്ധിപ്പിക്കുകയാണ് അത്. എൻ. വി.യെപ്പോലെ മർദ്ദനത്തിലും അസ്വാതന്ത്ര്യത്തിലും വേപഥുപൂണ്ട മനസ്സുകൾ ഇനിയുമിനിയും പരുവപ്പെടേണ്ടതുണ്ട്. ധർമ്മവും നീതിയും പുലരുന്നതിനു വേണ്ടി ത്രസിക്കുന്ന ഹൃദയവുമായി കഥകൾ പറയാൻ വെമ്പുന്ന വേതാളം കാത്തിരിക്കുകയാണ്, ശാപമോക്ഷം നൽകാൻ കെല്പുള്ള വിക്രമാദിത്യന്റെ വരവിനു വേണ്ടി, ദുഷ്ടശക്തിയെ തകർക്കുന്നതിനു വേണ്ടി.

**കെ. പി. അബൂബക്കർ**

# ഉള്ളടക്കം

# ഒടുവിൽ

യാത്രയുടെ പരിസമാപ്തിക്ക് ഇനി അധികനേരം ബാക്കിയില്ല. എന്റെ നിഴൽ എന്നെക്കാൾ നീണ്ടുകഴിഞ്ഞു. കിരണങ്ങൾ പരിതാപകരമാംവിധം ചപലവുമാണ്.

പാതയുടെ ദൈർഘ്യം അവനു മാത്രമേ അറിയൂ; അദൃശ്യനായ ആ സമീപസ്ഥന്. ഭയാനകവും അത്യന്തം ഇടുങ്ങിയതുമായ ഒരു ഗർത്തത്തിലാണ് പാത അവസാനിക്കുന്നത്. ഭീതിദമായ ഏകാന്തത, പിന്നെ എത്രകാലം?

ആജ്ഞ കാതോർത്തിരിക്കുന്ന കുഴലൂത്തുകാരൻ. സർവസംഹാരത്തിന്റെ വിഭ്രാന്തയാമങ്ങൾ. ധൂളീകണം കണക്കെ പറന്നുയരുന്ന പർവതങ്ങൾ. ഭ്രമണപഥം നഷ്ടപ്പെട്ട് കൂട്ടിമുട്ടി തകരുന്ന നക്ഷത്രങ്ങൾ. കുമിളകൾ ഒന്നൊന്നായി പൊട്ടിയൊടുങ്ങിയതിനുശേഷമുള്ള നിശ്ശൂന്യത. കുഴിമാടങ്ങളിലുറയുന്ന ജീവന്റെതുടിപ്പ്. സ്വസ്ഥമായ ഉറക്കത്തിൽ നിന്ന് അശാന്തിയുടെ ദിനത്തിലേക്ക് എന്നെ വിളിച്ചുണർത്തിയവനാര്?

എന്റെ ഗണിതസൂത്രങ്ങൾ അപര്യാപ്തമാവുന്നു. ഒരു ദിനത്തിന് ആയിരം സംവത്സരത്തെക്കാൾ ദൈർഘ്യമോ?

രക്ഷകാ നീ എവിടെ? ശുപാർശകരെന്നു നിനച്ചവർ വെപ്രാളത്തിന്റെ ചുഴികളിൽ വട്ടംകറങ്ങുന്നു.

സ്വയം കണക്കുനോക്കുവാൻ വിധിക്കപ്പെട്ടവന്റെ കൈകൾ വിറകൊള്ളുന്നു. കർമപുസ്തകത്തിന്റെ താളുകളിലെ ഇടിമുഴക്കങ്ങൾ മനസ്സിൽ പ്രതിധ്വനിക്കുന്നു. നടന്നുവന്ന ഊടുവഴികളിലെ മാളങ്ങളിൽ നിന്ന് ഇഴഞ്ഞിറങ്ങിയ പിഴവുകൾ ഫണം വിടർത്തി ചീറ്റുന്നു. കൊത്താനോങ്ങുന്നു.

നിഷേധത്തിന്റെ ഗർവ് നിറഞ്ഞ അധ്യായങ്ങൾ.

കർമപാതയിലെ പാരിജാതങ്ങളെ നിഷ്പ്രഭമാക്കുന്ന പാപത്തിന്റെ വിഷക്കനികൾ.

എന്തൊരു സൂക്ഷ്മതയാണിത്? ഈ ഗ്രന്ഥം!

രക്ഷകന്റെ കണ്ണുകളിൽ കോപത്തിന്റെ ജ്വാല.

ആടുന്ന ത്രാസ്, ചിത്തം വ്യാകുലമാവുന്നു. സൂചി നീങ്ങുന്നതെങ്ങോട്ടാണ്?

തീക്ഷ്ണജ്വാലകളുയർത്തുന്ന അതിവിസ്തൃതമായ അഗ്നികുണ്ഡം.

അരുവികൾ ഒഴുകുന്ന ഉദ്യാനങ്ങൾ. കുളിരുപെയ്യുന്ന വിശ്രമ സങ്കേതങ്ങൾ.

അവയ്ക്കിടയിൽ ആടിയുലയുന്ന അംഗനം.

ഒരു അവസരംകൂടി. നിന്റെ സംപ്രീതിയുടെ പാരിജാതങ്ങൾ വിടരുന്ന പാതയിലൂടെ മാത്രം ചരിക്കാം ഞാൻ.

ഇല്ല, എല്ലാം നിർണയിക്കപ്പെട്ടുകഴിഞ്ഞു. അറിവിന്റെ സ്ഫടികദീപം നൽകിയിരുന്നതല്ലേ മുമ്പ്?

ആജ്ഞ: ഇവനെ തപ്തഗർത്തത്തിൽ വലിച്ചെറിയുക.

ഗർജനത്തോടെ ഉയരുന്ന ബീഭത്സമായ അഗ്നി. നിറയ്ക്കുന്തോറും ഉയരുന്ന ബുഭുക്ഷ. "ഇനിയുമുണ്ടോ?"

കുടൽമാലകൾ കരിഞ്ഞുപോവുന്ന സഖൂം വൃക്ഷത്തിന്റെ ഇല. ദുർന്നീർ. ഇത് മാത്രമോ ഭോജ്യം?

രക്ഷപ്പെടുവാൻ പഴുതെവിടെ?

ഇരുമ്പുദണ്ഡുകൾ ആഞ്ഞു പതിയുന്നു. വേദനയാൽ പുളയുന്നു. നിരന്തരം പുനഃസൃഷ്ടിക്കപ്പെടുന്ന ചർമപാളികൾ. അറ്റമില്ലാത്ത നോവിന്റെ പകലിരവുകൾ. നിന്ദ്യതയുടെ മുഖപടം ഒന്ന് പൊഴിഞ്ഞുപോയെങ്കിൽ. മരണം വന്നൊന്ന് പുൽകിയിരുന്നെങ്കിൽ.

ഇല്ല. ഇനി മറ്റൊരു മരണമില്ല.

ഹുങ്കാരത്തോടെ ആളിയുയരുന്ന അഗ്നിയുടെ ജഠരത്തിൽ കറങ്ങുന്നവന്റെ വ്യാകുലത. കർമകാണ്ഡം പിഴച്ചവന്റെ പരിണതി. വിഹ്വലമായ പകലിരവുകൾ.

അത്യുന്നതങ്ങളിൽ, ചാരുമഞ്ചങ്ങളിൽ ഉല്ലസിക്കുന്നവർ. രക്ഷകന്റെ കോപത്തെ ഭയപ്പെടുന്നവർ. പതിതന്റെ കൈകൾ അവർക്കു നേരെ നീളുന്നു. ഒരൽപം സഹായം - അവർ ഒന്നും അറിയുന്നേയില്ല. ഉല്ലാസത്തിന്റെ പാരമ്യത്തിലാണവർ. ദീനവിലാപം ശ്രവിക്കാൻ അവർക്കെവിടെ സമയം? സമാധാനത്തിന്റെ ഉദ്യാനങ്ങളിൽ, ശാന്തിയുടെ കുളിരലയിൽ രസിച്ചു കഴിയുകയാണ് അവർ. പാരിജാതം പൂത്ത പാതയുടെ പാരിതോഷികമായി സുഗന്ധപൂരിതമായ ഒരു കുളിർകാറ്റ് അവരെ സദാ തഴുകിക്കൊണ്ടിരിക്കുന്നു.

●

# ഒരു ദുരന്ത നാടകം

**വേ**ദിയിൽ വർണദീപങ്ങൾ തെളിയുന്നു. സൂര്യനസ്തമിക്കാത്ത സാമ്രാജ്യശക്തിക്ക് മുന്നിൽ നിർഭയനായി നിൽക്കുന്ന മഹാത്മാവ്. അദ്ദേഹം പ്രഖ്യാപിച്ചു: വിദേശ വസ്തുക്കൾ ത്യജിക്കുവിൻ. അസ്വാതന്ത്ര്യത്തിന്റെ കൂച്ചുവിലങ്ങുകളഴിക്കാൻ അത് ഹേതുവാകും.

ജനം അലകടലായി; മഹാത്മാവിന് പിന്നിൽ അവർ അണിനിരന്നു. ഖാദിനൂലിനാൽ ആത്മവീര്യത്തിന്റെ ഊടും പാവും നെയ്തു. ത്യാഗത്തിന്റെ ബലിക്കല്ലുകളിൽ വീരന്മാരുടെ ചോര. അഭിമാനത്തിന്റെ തിളക്കം. ഹിംസയുടെ കിരാത ശക്തിയെ തോൽപ്പിക്കുന്ന അഹിംസയുടെ കരുത്ത്.

അമ്മയുടെ മനസ്സ് സംപ്രീതമായി.

വിഹായസ്സിൽ ത്രിവർണ്ണ പതാക പാറിക്കളിക്കുന്നു. ആത്മഹർഷമുണർത്തിക്കൊണ്ട് ദേശീയഗാനം അലയടിച്ചെത്തുന്നു.

തിരശ്ശീല താഴ്ന്ന് വീണ്ടുമുയരുന്നു.

പുതിയ നേതാക്കൾ വേദിയിലേക്ക് ഇരച്ചുകയറുന്നു.

മൈക്ക് ബലമായി പിടിച്ചെടുത്തിട്ട് കഥകളൊക്കെ മറച്ചുവെച്ചുകൊണ്ട് നേതാക്കൾ പറയുന്നു. സ്വദേശവസ്തുക്കൾ! ഛീ, വെറും ചവറ്! വെടിയുവിൻ അവ. വിദേശ കമ്പനികൾ നിർമ്മിച്ച പകിട്ടേറിയ വസ്തുക്കൾ കാണുന്നില്ലേ നിങ്ങൾ? കൂപമണ്ഡൂകങ്ങളാവാതെ വിഹായസ്സിന്റെ വിശാലതയിലേക്ക് ചിറക് വിടർത്തുവിൻ. ലോകത്തിന്റെ പുതിയ യജമാനനെ സാദരം സ്വാഗതം ചെയ്യൂ. അദ്ദേഹം വിശാല ലോകത്തിന്റെ കവാടങ്ങൾ കാരുണ്യപൂർവ്വം നമുക്കുവേണ്ടി ഇതാ തുറന്നിട്ടിരിക്കുന്നു! ഹാ! എല്ലാം എന്തെളുപ്പം? നിങ്ങൾ ഒന്നിനെക്കുറിച്ചും ചിന്തിച്ച് തല പുണ്ണാക്കേണ്ടതില്ല. നിങ്ങൾക്കുവേണ്ടി അദ്ദേഹം ചിന്തിക്കും. സ്വപ്നത്തിന്റെ ചിറകുകൾ അരിഞ്ഞുകളഞ്ഞ് നിങ്ങൾ അദ്ദേഹത്തിന്റെ നിർദ്ദേശങ്ങൾ അനുസരിച്ചാൽ മാത്രംമതി.

അവർ തുടരുന്നു: സുരക്ഷിതത്വത്തിന്റെതെന്ന് കരുതുന്ന നിങ്ങളുടെ വീടുകളുടെ ചുവരുകളും നിങ്ങളുടെ ആധിപത്യത്തിന്റെ മോന്തായവും പൊളിച്ചു മാറ്റുവിൻ. വിശാലവും അമേയവും ആയ ആകാശം നിങ്ങളുടെ മോന്തായമാകും. ഉഗ്രശേഷിയുള്ള ആണവായുധങ്ങൾ നിങ്ങളുടെ സകലവിധ ഭയാശങ്കകളും ഇല്ലാതാക്കും. സങ്കുചിതഭാവങ്ങളിൽ നിന്നുള്ള വിടുതി, അതിരുകളില്ലാത്ത വിശാലമായ ഏകലോകം - അതാണ് യജമാനൻ വാഗ്ദാനം ചെയ്യുന്നത്.

ഗോഡ്സെയുടെ പൊട്ടിച്ചിരി അന്തരീക്ഷത്തിൽ മാറ്റൊലി കൊള്ളുന്നു. അമ്മയുടെ കിടപ്പറവാതിൽ നേതാക്കൾ മുതലാളിക്ക് വേണ്ടി മലർക്കെ തുറന്നുവെക്കുന്നു. പ്രതിഫലത്തിനുവേണ്ടി അവർ മുതലാളിക്ക് മുന്നിൽ ഓച്ഛാനിച്ച് നിൽക്കുന്നു.

വേദിയിൽ വർണരാജികൾ ഒന്നൊന്നായി പൊലിഞ്ഞു പോകുന്നു. ഇരുട്ട് പടർന്നുകയറുന്നു.

ഇരുൾ മറയ്ക്കകത്ത് പൊയ്മുഖങ്ങളുടെ സംഘനൃത്തത്തിന്റെ ചുവടുകൾ. ടിന... ടിന... ടിന... ടിന... എന്ന പശ്ചാത്തല സംഗീതം ഉയർന്നു കേൾക്കുന്നു. രൗദ്രസംഗീതത്തിന്റെ അലകളിൽ വിജയാഹ്ലാദത്തോടെയുള്ള മുതലാളിയുടെ പൊട്ടിച്ചിരി ലയിച്ചുചേരുന്നു.

വിദേശ രാഷ്ട്രത്തിന്റെ പതാകയുമായി സായുധരായ ഒരു സംഘം ആളുകൾ വേദിയിലേക്ക് ഇരച്ചുകയറുന്നു.

ചിറകൊടിഞ്ഞ ഒരു പക്ഷിയുടെ ഞരക്കം ശബ്ദകോലാഹലങ്ങളിൽ മുങ്ങിപ്പോവുന്നു.

●

# ആസ്ഥാനകവി

ദേശാടനത്തിനിറങ്ങിയതാണ് കവി. സൂര്യന്റെ സ്വർണ നിറമാർന്ന ഉടയാടകൾ ഊർന്നു വീണ് കാനനച്ചോലയിലൂടെ ഒഴുകുന്നതും നിലാവിന്റെ വെള്ളിപ്പൂക്കളുതിർന്നുവീണ് കടലിൽ വ്യാപിക്കുന്നതും നക്ഷത്ര ബിംബങ്ങൾ ഓളങ്ങളിൽ ശിഥിലമാകുന്നതും നോക്കി അയാൾ നടന്നു. പുല്ലിനോടും പൂക്കളോടും കവിത ചൊല്ലി നാടുകൾ താണ്ടി, ചേറുപിടിച്ച മാറാപ്പുനിറയെ അമൂല്യങ്ങളായകവിതകൾ, വിജ്ഞാനത്തിന്റെ വിസ്ഫോടനങ്ങൾ. കാലത്തിന്റെ നക്ഷത്രഗണിതങ്ങൾ. അവ അടുക്കും ചിട്ടയുമില്ലാതെ കുത്തിനിറച്ചിരിക്കുന്നു. എത്തിയേടത്ത് കിടന്നുറങ്ങിയും കിട്ടിയത് ഭുജിച്ചും കഴിയുന്ന നാളുകൾ. നരച്ച് തുളവീണ കുപ്പായവും ഊങ്ങിയ മുണ്ടും. വരണ്ടുണങ്ങിയ മേനിനിറയെ വരട്ടുചൊറി വിണ്ടുപൊട്ടിയ പാടുകൾ.

ആ ഘട്ടത്തിലാണ് രാജകൊട്ടാരത്തിൽ നിന്ന് വിളംബരമുണ്ടായത്: രാജസദസ്സിലേക്ക് ആസ്ഥാന കവിയെ തിരയുന്നു.

കവിയുടെ ചെവിയിലുമെത്തി വിളംബരത്തിന്റെ ധ്വനികൾ.

'ഈ അലച്ചിൽ അവസാനിപ്പിച്ചുകൂടെ നിങ്ങൾക്ക്?' ആരോ അയാളോട് ചോദിച്ചു. 'സിദ്ധിയും കീർത്തിയുമുള്ളവനല്ലേ നിങ്ങൾ? രാജസദസ്സിൽ പദവിയും ജീവിത വിഭവങ്ങളും വേണ്ടുവോളം കിട്ടുമല്ലോ. ഒന്ന് ശ്രമിച്ചുകൂടെ?'

മടിച്ചു മടിച്ചാണെങ്കിലും കവി കൊട്ടാരത്തിലെത്തി.

രാജകിങ്കരന്മാർ കാവൽ നിൽക്കുന്ന കമാനം. പെട്ടെന്ന് കവിയെ തള്ളിമാറ്റിക്കൊണ്ട് ഒരാൾ മുന്നിലേക്ക് കുതിച്ചു. കവി ഒരു മൂലയിൽ ഒതുങ്ങി നിന്നു. ആഗതൻ രാജകിങ്കരന്മാരെ അഭിവാദ്യം ചെയ്തതിനു ശേഷം സ്വയം പരിചയപ്പെടുത്തി. അത് കേട്ടപ്പോൾ കവി ഞെട്ടിപ്പോയി. കവിയുടെ പേരു പറഞ്ഞാണ് അയാൾ സ്വയം പരിചയപ്പെടുത്തിയത്. തുടർന്ന്

അയാൾ ഒരു കവിതയെടുത്ത് പാരായണം ചെയ്യാൻ തുടങ്ങി. അത് താൻ മുമ്പെഴുതിയ പ്രസിദ്ധമായ കവിതയാണ്. തന്റെ മാറാപ്പിൽ അതിന്റെ അസ്സൽ ഇപ്പോഴുമുണ്ടാവണം. ഞെട്ടലിനിടയിൽ കവി ഓർത്തു.

ആഗതനെ ബഹുമാനപൂർവ്വം വണങ്ങിക്കൊണ്ട് രാജകിങ്കരന്മാർ പറഞ്ഞു: 'ഇങ്ങനെ ഒരു വിജ്ഞാപനം പുറപ്പെടുവിക്കുമ്പോൾ താങ്കളെത്തന്നെയാണ് രാജാവ് തിരുമനസ്സിൽ കണ്ടിരുന്നത്. താങ്കൾ സ്വമേധയാ വരട്ടെ എന്നു കരുതിയാണ് ഒരു തെരഞ്ഞെടുപ്പിനുള്ള അവസരമൊരുക്കിയത്. ദയവായി അകത്തേക്ക് പ്രവേശിച്ചാലും.'

രാജകിങ്കരന്മാർ അയാളെ വിനയപുരസ്സരം എതിരേറ്റ് രാജസന്നിധിയിലേക്ക് ആനയിക്കുന്നത് കണ്ട കവി വിളിച്ചു പറഞ്ഞു: 'നോക്കൂ, ഇയാൾ നുണ പറയുകയാണ്. ഇയാൾ പറഞ്ഞത് എന്റെ പേരാണ്. ചൊല്ലിക്കേൾപ്പിച്ചത് എന്റെ കവിതയും. നിങ്ങൾ ഉദ്ദേശിക്കുന്ന യഥാർത്ഥ കവി ഞാനാണ്.'

രാജകിങ്കരന്മാർ ഒരു ഫലിതം കേട്ടിട്ടെന്നപോലെ ഉച്ചത്തിൽ പൊട്ടിച്ചിരിച്ചു. ചിരി അന്തരീക്ഷത്തിൽ മാറ്റൊലി കൊള്ളുന്നു.

പാറാവുകാർ കവിയുടെ കൈകളിൽ വിലങ്ങുവെച്ച് തടവറയിലേക്ക് നയിച്ചു. അപ്പോൾ കൊട്ടാരമതിലിൽ ഘടിപ്പിച്ച ഉച്ചഭാഷിണിയിൽ നിന്ന് ഒഴുകിയെത്തുന്ന തന്റെ പ്രിയപ്പെട്ട കവിതയുടെ സംഗീതാവിഷ്കാരം കവി കേട്ടു. ആസ്ഥാന കവിപ്പട്ടമണിയിക്കുന്നതിന്റെ ആരവങ്ങൾ കാറ്റിൽ പ്രതിധ്വനിക്കുന്നു. അത് കവിതയുമായി കൂടിച്ചേർന്ന് രസഭംഗമുണ്ടാക്കുന്നു.

●

# ഹാബേലിന്റെ ജഡം

ഒടുവിലൊരുനാൾ ആകാശം കീറിപ്പിളർന്ന് ദിവ്യാഗ്നി ഭൂമിയിലേയ്ക്കിറങ്ങിവന്നു. അഗ്നിയുടെ കൈകൾ ഹാബേലിന്റെ നൈവേദ്യം വാരിയെടുത്തു.

അപ്പോൾ ആകാശച്ചീളുകളിൽ നക്ഷത്രങ്ങൾ ഓശാനപാടി. ഒലിവുമരങ്ങൾ താളമിട്ടു തലയാട്ടി. ഗോതമ്പുവയലുകൾ അതേറ്റുപാടി. കാറ്റിന്റെ കരളിൽ ദഫിന്റെ താളം. ഹാബേലിന്റെ കണ്ണുകളിൽ നക്ഷത്രങ്ങളുടെ തിളക്കം.

അമർഷം പല്ലുകൾക്കിടയിലിട്ടു ഞെരിച്ചുകൊണ്ട് ഖാബീൽ എല്ലാം നോക്കിനിന്നു. അവന്റെ കണ്ണുകളിൽ കോപം തുടുത്തു. കാർമേഘങ്ങൾ മുട്ടിത്തകരുന്നു. തോടുപൊട്ടിച്ചിറങ്ങിയ അമർഷത്തിന്റെ സർപ്പസന്തതികൾ പുളയുന്നു. ഹാബേലിന് സന്തോഷം. ഖാബീലിന് മനംമടുക്കുന്നു. പൊൻനിറമുള്ള ഗോതമ്പുവയലുകൾക്കരികിലൂടെ നടക്കുമ്പോൾ അവന്റെ കണ്ണുകൾ തുടുക്കുന്നു.

മുകളിൽ സാക്ഷിയായി നിലകൊള്ളുന്ന നീലച്ച ആകാശം. മനസ്സിൽ മൂളിപ്പറന്ന് നൃത്തംചെയ്യുന്ന കടന്നലുകൾ. വിരലുകളിൽ ബലം വെച്ച് പ്രേരിപ്പിക്കുന്ന അസൂയ. ഊഷ്മാവുവിട്ട് മഞ്ഞുകട്ടപോലെ തണുത്തുവീഴുന്ന ഹാബേലിന്റെ ജഡം. ആദാമിന്റെ ഗോതമ്പുവയലുകളിൽ ആദ്യത്തെ കൊല.

പെട്ടെന്നായിരുന്നു ആ പരിവർത്തനം. മുകളിൽ കരിമേഘത്തുണ്ടുകളിൽ കണ്ണീരൊപ്പുന്ന ആകാശം താഴെ, നോവ് താങ്ങാനാവാതെ പിടയ്ക്കുന്ന ഭൂമി. ഒലിവു മരത്തലപ്പുകളിൽ തലയിട്ടടിച്ച് കരയുന്നകാറ്റ്. അവനെവിടെ...?

ചേതനയറ്റുകിടക്കുന്ന സഹോദരന്റെ ജഡത്തിനരികിൽ എന്തു ചെയ്യണമെന്നറിയാതെ പകച്ചുനിൽക്കുകയാണ് ഖാബീൽ.

എന്തു ചെയ്യുമീ ശവം?

ചോദ്യം അവന്റെയുള്ളിൽ കുരുങ്ങിക്കിടന്നു.

അജ്ഞതയുടെ കണ്ണുകൾ വിടരുന്നു. ചുറ്റും നോക്കുന്നു. എങ്ങും പരന്നുകിടക്കുന്ന ഗോതമ്പു വയലുകൾ. താളമിട്ടൊഴുകുന്ന കൊച്ചരുവികൾ. കറുപ്പും പച്ചയും കായകൾ കാതിലണിഞ്ഞ ഒലിവു മരങ്ങൾ. പിന്നെ പച്ചപ്പട്ടണിഞ്ഞ കുന്നിൻപുറങ്ങൾ.

ഗോതമ്പു വയലുകളിലൂടെ, ഒലിവു മരങ്ങളുടെ ഇടയിലൂടെ അവൻ തലങ്ങും വിലങ്ങും നടന്നു.

എന്തു ചെയ്യുമീ ശവം?

അകലെ കുന്നിൻമുകളിൽ അവന്റെ ചോദ്യം തട്ടിച്ചിതറി.

അജ്ഞത ഒരു കുരുവായി വളരുന്നു. അകം നോവിച്ചുകൊണ്ടു വീണ്ടും വീണ്ടും പൊട്ടുന്നു. ആകാശച്ചീളുകൾ ഭേദിച്ചുകൊണ്ട് മുകളിലേയ്ക്ക് പായുന്ന ചോദ്യങ്ങൾ.

എന്തു ചെയ്യണമീ ശവം?

ഉത്തരം കിട്ടാതെ തന്നിലേയ്ക്കുതന്നെ തിരിച്ചെത്തുന്ന ചോദ്യങ്ങൾ.

അജ്ഞതയുടെ താഴ്‌വാരങ്ങളിൽ ഏകനായി നിൽക്കുന്ന അവൻ.

അകലെ ചെമ്പിച്ച കുന്നിൻചെരുവുകളിൽ ഞെട്ടറ്റുവീഴുന്ന സൂര്യന്മാർ. തൂവെളിച്ചം തുളിക്കുന്ന പകലുകളും നക്ഷത്രങ്ങൾ ചിതറുന്ന രാത്രികളും പിന്നിട്ടുകൊണ്ടുള്ള നടത്തം. എന്നിട്ടൊടുവിൽ അവൻ അവിടെ എത്തിച്ചേരുന്നു. ആദാമിന്റെ ഗോതമ്പുവയലുകളിൽ.

ഉത്തരംകിട്ടാത്ത ചോദ്യം ശിരസ്സിൽ<br>
വർദ്ധിച്ചുവരുന്ന ജഡഭാരം തോളിൽ<br>
എങ്കിലുമവൻ കാത്തിരിക്കുന്നു<br>
ഒലിവിലക്കൊമ്പുമായെത്തുന്ന ഒരു പക്ഷിക്കുവേണ്ടി<br>
ഒരു പാപക്കടൽ വറ്റിച്ചുകളയുന്ന ഉദയത്തിനു വേണ്ടി<br>
ഒരിറ്റു വെളിച്ചത്തിനുവേണ്ടി.

●

# അഭയം

**ചി**ല്ലകൾ വിടർത്തിപ്പടർന്ന ഇല്ലിമുളംകാടുകളിൽ ചുറ്റിവരിഞ്ഞ്, കൂടിപ്പിണഞ്ഞ് മയങ്ങുന്ന നാഗങ്ങൾ. നാഗത്തറയിലും ഇടതൂർന്ന് വളർന്ന കുറ്റിക്കാടുകളുടെ തലയ്ക്കലും പടംവിടർത്തിച്ചീറുന്ന കരിമൂർഖന്മാർ. പിന്നെ ചേനത്തണ്ടന്മാർ, എട്ടടിമൂർഖന്മാർ, കരിവേല-സർവ്വത്ര നാഗങ്ങൾ.

നേദിച്ചു മടങ്ങുന്നവരുടെ ചങ്ങലക്കണ്ണികളിൽ നിന്ന് കണ്ണ് പറിച്ചെടുത്ത് ആകാശത്തിന്റെ അനന്തതയിൽ മിഴിനട്ടുനിന്നു അയാൾ.

ഉടഞ്ഞ മുട്ടത്തോടും എള്ളിൻ മണികളും ചിതറിക്കിടക്കുന്ന ഊടുവഴികൾ. വഴികൾക്കിരുവശവും വളർന്ന പടർപ്പുല്ലുകൾ. തലയിൽ സർപ്പക്കണ്ണുപോലെ തിളങ്ങുന്ന ഹിമകണങ്ങൾ. നാഗപടം കൊത്തിയ കരിങ്കൽ തൂണുകളും ചിത്രശില്പങ്ങൾ നിറഞ്ഞ ചുവരുകളുമുള്ള പുരാതനമായ കാവ്. ലിഖിതങ്ങളിൽ ആരാധ്യമാവുന്ന ബിംബങ്ങൾ.

ആകാശംമുട്ടെ ഉയർന്നു നിൽക്കുന്ന കൊടിമരത്തിന് കീഴെ കോമരമുറഞ്ഞുതുള്ളി. ശംഖൊലി. ദേവിയുടെ ചിലമ്പിന്റെ ഒച്ച. കരവാളിന്റെ കിലുക്കം. ദ്രുതതരമാവുന്ന കടുന്തുടിയുടെ സ്വനം. വിറയാർന്ന വായുവിൽ ആഞ്ഞുവീശവെ, കോമരത്തിന്റെ കരവാളിൽ ഇറ്റുവീഴുന്ന ചോര.

'അരുത് മക്കളെ', പിന്നെ ദേവിയുടെ തിരുവായ് മൊഴിയായി കോമരം മൊഴിഞ്ഞു. 'ഈ നാഗപടത്തിന്റെ വശ്യമായ വഞ്ചനയിൽ സ്വയം നഷ്ടപ്പെടുന്നോ നിങ്ങൾ?'

അപ്പോൾ കാവിനു മുന്നിലെ നെയ് വിളക്കിൽ ആയിരം നെയ്ത്തിരികൾ നക്ഷത്രശോഭയോടെ തെളിഞ്ഞു. ദേവിയുടുത്ത പട്ടിന്റെ ജ്വാലയിൽ കോമരം ഒരു കനലായി എരിഞ്ഞു.

ഒരമൃതബിന്ദുവായി ദേവിയുടെവചനം അയാളുടെ കാതുകളിൽ വീണ് പ്രതിദ്ധ്വനിച്ചു: അരുത് മക്കളേ, അരുത്.

ഭക്തിയുടെ പീലിക്കണ്ണുകൾ കൂമ്പി. ധ്യാനനിരതനായി തെല്ലിട നിന്നി ട്ടൊടുവിൽ മിഴിതുറക്കെ സർപ്പവിഷമേറ്റു കരുവാളിച്ചുപോയ പരശ്ശതം ജഡങ്ങൾ ചുറ്റും ചിതറിക്കിടക്കുന്നതയാൾകണ്ടു. പത്തിവടർത്തി ചീറ്റുന്ന സർപ്പങ്ങൾ. അയാൾക്കു ചുറ്റും അമർഷത്തിന്റെ ആയിരം പടങ്ങൾ. പട ങ്ങൾ വിടർത്തി അവ അയാൾക്കു നേരെ പാഞ്ഞടുത്തു. പ്രചണ്ഡമാ വുന്ന താളം.

വിമുഖതയുടെ ഒരു പിടി വിഭൂതി വായുവിലേയ്ക്ക് വാരിയെറിഞ്ഞിട്ട് കോമരം കാവിനകത്തേയ്ക്കുതന്നെ മറഞ്ഞുകഴിഞ്ഞിരുന്നു അപ്പോൾ.

ചീറിയടുക്കുന്ന സർപ്പങ്ങളെ പിന്നിട്ട് അയാൾ കാവിനകത്ത് ഓടിക്ക യറി. ശില്പചിത്രങ്ങൾ കൊത്തിയ വാതിൽപ്പാളികൾ കൊട്ടിയടച്ചിട്ട് അയാൾ ദേവിയുടെ തൃപ്പാദങ്ങളിൽ വണങ്ങിവീണു. വാതിൽപ്പാളിയുടെ വിടവിലൂടെ കടന്നുവന്ന വെളിച്ചത്തിന്റെ ഒരുകീറ് അയാളെ തഴുകി സാന്ത്വനിപ്പിച്ചുനിന്നു.

●

# തെരുവ് ഇപ്പോൾ എത്ര ശാന്തമാണ്!

**പു**റത്ത് ബഹളം വർദ്ധിച്ചുകൊണ്ടിരിക്കുന്നു. അട്ടഹാസം. കൊലവിളി. ഝണൽക്കാരങ്ങൾ–

എന്താണ് സംഭവിക്കുന്നത്? മൈക്കുകൾ അലറുന്നു. ശബ്ദം കൂടിക്കുഴഞ്ഞ് മലിനപ്പെടുന്നു. വാഗ്ദാനങ്ങളുടെ ഇഴപിരിയുന്നു. ഒന്നും തിരിച്ചറിയാനാവുന്നില്ല.

അയാൾ തെരുവിലേക്കുള്ള ജനൽതുറന്നു. പൊടിപടലങ്ങൾ മേൽപോട്ടുയർന്ന് കാഴ്ചയെ തടസ്സപ്പെടുത്തുന്നു. വഴിമാറ്റി വിട്ട വാഹനങ്ങൾ നാൽക്കവല ടച്ചുചെയ്യാതെ ഓവർബ്രിഡ്ജ്‌വഴി കടന്നുപോവുന്നു.

ദൈവമേ!

എന്താണത്? നാൽക്കവലയ്ക്ക് നടുവിലെ ഗാന്ധി പ്രതിമയ്ക്കരികിൽ–? തലയിൽ വട്ടക്കെട്ടും കൊമ്പൻ മീശയുമുള്ള കുറേ റൗഡികൾ ചേർന്ന് ഒരു പാവം മനുഷ്യനെ ആക്രമിക്കുന്നതല്ലേ ആ കാണുന്നത്? ആക്രമിക്കപ്പെടുന്നത് ഒരു ഗ്രാമീണ നേതാവാണല്ലോ? സൈക്കിൾ ചെയിനും വടികളും അയാളുടെ മെലിഞ്ഞ മേനിയിൽ ആഞ്ഞുപതിക്കുന്നു. അയാൾ വേദനകൊണ്ട് പുളയുന്നു. ദീനമായ സ്വരത്തിൽ ദയയ്ക്കു വേണ്ടി യാചിക്കുന്നു. ദേഷ്യമടങ്ങാത്ത മട്ടിൽ റൗഡികൾ മർദ്ദനം തുടരുകയാണ്. അയാളുടെ ദേഹം പൊട്ടി ചോര പൊടിയുന്നു. അയാളണിഞ്ഞ കോറക്കുപ്പായം ചോരയും പൊടിമണ്ണും പുരണ്ട് ഒരു വല്ലാത്തതരം കടുംനിറമായിരിക്കുന്നു. മേൽമുണ്ട് പൊടിയണിഞ്ഞ പാതയോരത്ത് വീണുകിടക്കുന്നു. നടുറോഡിൽ തെറിച്ചുവീണ ഡയറിയുടെ ഇതളുകൾ കാറ്റിൽ പാറിക്കളിക്കുന്നു.

തെരുവോരത്ത് നിസ്തോഭിതരായി കൂടിനിൽക്കുന്ന ജനങ്ങൾ. അവർക്കു മുന്നിലായി മർദ്ദനം നോക്കിരസിച്ചുകൊണ്ട് നഗരത്തിലെ

പ്രധാനകക്ഷിയുടെ സ്ഥാനാർത്ഥിയും മുൻമന്ത്രിയുമായ നേതാവ് നിൽക്കുന്നു. അയാളുടെ കണ്ണുകൾ ആഹ്ലാദത്താൽ തിളങ്ങുന്നു. സിൽക്കു ജുബ്ബ സൂര്യകിരണങ്ങളിൽ ഓളംവെട്ടുന്നു. കഴുത്തിൽ ചങ്ങല വലിപ്പത്തിലുള്ള ഒരു സ്വർണ്ണച്ചെയിൻ. കക്ഷത്ത് കറുത്ത ചട്ടയുള്ള ഒരു ഡയറി. ഗ്രാമീണനേതാവിനെ മർദ്ദിച്ചുകൊണ്ടിരിക്കുന്ന റൗഡികളെ പ്രോത്സാഹിപ്പിക്കുന്ന തരത്തിൽ അയാൾ എന്തോ വിളിച്ചുപറയുന്നു.

മൈക്കിന്റെ അലർച്ച രൂക്ഷമാവുന്നു.

"നമ്മുടെ പ്രിയങ്കരനായ സ്ഥാനാർത്ഥി...."

തെരുവോരത്ത് കൂടിനിൽക്കുന്ന ആളുകൾ ആദരവോടെ നേതാവിനെ നോക്കുന്നു. നേതാവ് കൈകൾ കൂപ്പി ജനങ്ങളെ വണങ്ങുന്നു. ചുണ്ടിൽ മൂർച്ചയേറിയ ചിരി തിളങ്ങിനിൽക്കുന്നു.

ഗ്രാമീണനേതാവ് തളർന്ന്, പൊള്ളുന്നനിലത്ത് വീണുപോയി. അയാളുടെ ചുണ്ടുകളിൽ നിന്ന് അസ്പഷ്ടമായ സ്വരത്തിൽ എന്തോ ഉതിർന്നു വീഴുന്നു. ടാർ തിളയ്ക്കുന്നു. തളർന്ന് പോയതുകൊണ്ടാണോ എന്നറിയില്ല, റൗഡികൾ മർദ്ദനം നിർത്തി നേതാവിന്റെ അരികിലേക്ക് ചെന്നു ചേർന്നുനിൽക്കുന്നു.

ഗ്രാമീണ നേതാവ്, വരണ്ടുപോയചുണ്ടുകൾ നാവ്നീട്ടി നനയ്ക്കാൻ ശ്രമിക്കുന്നു. അയാൾ ദാഹിച്ചുവലയുകയും വെള്ളത്തിനു വേണ്ടി വെപ്രാളപ്പെടുകയും ആണെന്ന് തോന്നിയിട്ടോ അയാളുടെ ദീനത കണ്ട് മനസ്സലിഞ്ഞിട്ടോ എന്നറിയില്ല, ഓവർബ്രിഡ്ജിന്റെ കീഴിൽ ചാള കെട്ടിപ്പാർക്കുന്ന പെരുങ്കാലിത്തള്ള കുടിയിലേക്കോടിപ്പോയി വക്കുപൊട്ടിയ മൺകൂജയിൽ വെള്ളവുമായി തിരിച്ചുവന്നു. ഗ്രാമീണനേതാവ് ആർത്തിയോടെ വാപിളർന്നു. പെരുങ്കാലിത്തള്ള കനിവോടെ അയാളുടെ വായിലേക്ക് വെള്ളം ചെരിച്ചു. ഗാന്ധിപ്രതിമയുടെ നിഴൽ അവർക്ക് തണലേകി. ഇതു കണ്ണിൽപ്പെട്ട നേതാവ് മുന്നോട്ട് ചാടിവീണ് തള്ളയുടെ കൈയിൽ നിന്ന് കൂജ തട്ടിത്തെറിപ്പിച്ചു. അത് ഉരുണ്ടുരുണ്ട് ഗാന്ധിപ്രതിമ സ്ഥാപിച്ച തറയിൽ തട്ടിനിന്നു. ഒലിച്ചിറങ്ങിയ വെള്ളം വിവശയായ ഭൂമി നക്കിയെടുത്തു. വൃദ്ധയ്ക്കുനേരെ അതിരൂക്ഷമായ ഒരു നോട്ടമെറിഞ്ഞിട്ട് നേതാവ് പറഞ്ഞു.

"ഒരു തുള്ളി വെള്ളംപോലും ആ പട്ടിക്ക് ആരും കൊടുത്തുപോകരുത്.... കൊടുത്താൽ...."

അയാളുടെ കണ്ണുകൾ കത്തുന്നു. സ്വരത്തിൽ ജ്വലിച്ചുനിൽക്കുന്ന ഭീഷണി ജനങ്ങളെ പരിഭ്രാന്തരാക്കി.

ഗ്രാമീണ നേതാവിനുനേരെ തിരിഞ്ഞിട്ട് അലറുന്ന സ്വരത്തിൽ അയാൾ പറഞ്ഞു.

"പട്ടീ, എനിക്കെതിരെ തിരിഞ്ഞു നിൽക്കുന്നവർക്കൊക്കെയും ഒരു പാഠമാവാൻവേണ്ടി നീ ഈ വഴിയോരത്ത് ആരോരുമില്ലാത്തവനെപ്പോലെ പിടഞ്ഞുപിടഞ്ഞു തീരണം....."

'ഫൂ...' ഗ്രാമീണ നേതാവ് സർവ്വശക്തിയും സംഭരിച്ച് നേതാവിന്റെ മുഖത്തേക്ക് ആഞ്ഞുതുപ്പി. പക്ഷേ, അയാളുടെ വായ ഒരിറ്റു നീരുപോലുമില്ലാതെ വരണ്ടുപോയിരുന്നു. വെണ്മയാർന്ന തുപ്പൽപ്പത ചിറിയുടെ കോണിൽ പറ്റിപ്പിടിച്ചുനിന്നു.

പെട്ടെന്ന് ഒരു പോലീസ്‌വാൻ ചീറിപ്പാഞ്ഞുവന്നു കവലയിൽ സഡൻ ബ്രേക്കിട്ടു. പോലീസുകാർ ഭൂമി ചവിട്ടിക്കുലുക്കിക്കൊണ്ട് ചാടിയിറങ്ങി. ആൾക്കൂട്ടത്തിനു മുന്നിൽ നിൽക്കുന്ന നേതാവിനെ കണ്ട പോലീസ് ഇൻസ്പെക്ടർ ഒന്നു പരുങ്ങി. പിന്നെ നേതാവിന്റെ അരികിൽ ചെന്ന് അയാൾക്ക് ഹസ്തദാനം ചെയ്തു. നേതാവ് ഇൻസ്പെക്ടറുടെ ചെവിയിൽ എന്തോ സ്വകാര്യം പറഞ്ഞു. ഇൻസ്പെക്ടറുടെ നിർദ്ദേശം കാത്ത് പോലീസുകാർ അറ്റൻഷനായി നിൽക്കുന്നു.

നേതാവ് റൗഡിസംഘത്തിന്റെ തലവനെ വിളിച്ച് എന്തോ ചെവിയിൽ പറഞ്ഞു. അത് കേൾക്കേണ്ട താമസം അയാൾ എളിയിൽ നിന്ന് കത്തി വലിച്ചെടുത്ത് നിവർത്തിക്കൊണ്ട് ഒരു വല്ലാത്ത അലർച്ചയോടെ, നിലത്ത് വീണുകിടക്കുന്ന ഗ്രാമീണ നേതാവിന്റെ നേർക്ക് ഓടി. ദേഷ്യം തീരുന്നതുവരെ അയാൾ ഗ്രാമീണ നേതാവിന്റെ നെഞ്ചിൽ ആഞ്ഞാഞ്ഞുകുത്തി. ചോര ചീറിത്തെറിച്ച് ആകാശം ചുവന്നു. ഭൂമി കുങ്കുമമണിഞ്ഞു. സൂര്യൻ കറുത്ത മേഘമാലകൾക്കിടയിൽ മുഖം താഴ്ത്തി. ദീനമായ ഒരു ഞരക്കത്തോടെ ഗ്രാമീണ നേതാവ് നിശ്ചലനായി. മുറിപ്പാടുകളിൽ നിന്ന് ഒലിച്ചിറങ്ങിയ ചോര ടാർറോഡിൽ ഒരു ചുവന്ന സർപ്പത്തെപ്പോലെ ഇഴഞ്ഞു. റൗഡിത്തലവൻ വിശേഷിച്ച് ഒന്നും സംഭവിക്കാത്ത മട്ടിൽ കത്തി വിരൽ ചേർത്ത് തുടച്ച് മടക്കി അരയിൽ തിരുകി നേതാവിനരുകിൽ ചെന്നുനിന്നു.

പോലീസുകാരും ഇൻസ്പെക്ടറും ഒന്നും കാണാത്ത മട്ടിൽ വാനിലേക്ക് ചാടിക്കയറി. വാൻ ശരംകണക്കെ കുതിച്ചു പാഞ്ഞു. അരികിൽ പാർക്കുചെയ്തിരുന്ന കാറിൽക്കയറി നേതാവും റൗഡികളും സ്ഥലം വിട്ടു.

മൈക്കിന്റെ അലർച്ച അടുത്തടുത്തുവരുന്നു. 'സമാധാന പ്രേമിയും സദ്ഗുണമൂർത്തിയുമായ നമ്മുടെ പ്രിയങ്കരനായ സ്ഥാനാർത്ഥിക്ക് നിങ്ങളുടെ വിലയേറിയ ഓരോ വോട്ടും....'

ഗ്രാമീണ നേതാവിന്റെ നിശ്ചേഷ്ടമായ ശരീരം പൊടിയണിഞ്ഞ്, ചോരയിൽ കുതിർന്ന് കിടക്കുകയാണ്. ആരും അങ്ങോട്ട് അടുക്കുന്നില്ല. ശവം എടുത്തു മറവുചെയ്യാൻ പോലും ആരും മുന്നോട്ടുവരുന്നില്ല. ഭയം ഗ്രസിച്ചടക്കിയത് പോലെ സർവ്വരും നിശ്ചലരായി നിൽക്കുന്നു.

മണം പിടിച്ചെത്തിയ എറുമ്പുകൾ ശവത്തിനുചുറ്റും ചാലിടുന്നു. മുറിപ്പാടുകളിൽ മണിയനീച്ചകൾ വട്ടമിട്ടു പറക്കുന്നു. ചോരച്ചാലുകളിൽ ഈച്ചയാർക്കുന്നു. പടയൊതുങ്ങിയ കളങ്ങളിലെ മൂകത. എന്തൊരു സുസ്ഥിതി! തെരുവ് ഇപ്പോൾ എത്ര ശാന്തമാണ്!

●

# നിയോഗത്തിന്റെ പടവുകൾ

ഒരു കഥയരങ്ങിനോടനുബന്ധിച്ചുണ്ടായ സ്വകാര്യ ചർച്ചയ്ക്കിടയിലാണ് ആ ചോദ്യം കഥാകൃത്തിന്റെ അകത്തുവീണ് മുഴങ്ങാൻ തുടങ്ങിയത്. എവിടെയാണ് കഥയുടെ വേരുകൾ?

അയാളുടെ പകലിരവുകൾ അസ്വസ്ഥപൂർണമാവുന്നു. നിദ്രാഭംഗത്തിന്റെ ക്ഷീണം കൺതടങ്ങളിൽ തിടംവയ്ക്കുന്നു. ചോദ്യം അകത്തു സദാ പ്രതിധ്വനിക്കുന്നു.

ഒടുവിൽ, നിവൃത്തിയില്ലെന്നായപ്പോൾ, കപിലവസ്തുവിലെ രാജകുമാരനെപ്പോലെ അയാൾ വീടുവിട്ടറങ്ങി. വിജന തീരങ്ങളും ഗതകാല സ്മൃതികളുറങ്ങുന്ന ജനനിബിഡദേശങ്ങളും പിന്നിട്ടു. മുനിമടകളും സർപ്പക്കാവുകളും കടന്നു. പാഥേയം ഉണ്ടും പാതവക്കിൽ കിടന്നുറങ്ങിയും കൊണ്ടുള്ള യാത്ര.

എവിടെയാണു വേരുകൾ ആഴ്ന്നിറങ്ങി നിൽക്കുന്നത്? തന്നിലേക്കു തന്നെ തിരിച്ചെത്തുന്ന ചോദ്യം.

ബോധിവൃക്ഷത്തണലിൽ തപംചെയ്തുണർന്ന ഗൗതമന്റെ മുഖത്ത് പ്രകാശകിരണങ്ങൾ പൂക്കുന്നു. വെണ്മയാർന്ന പകലുകൾക്കപ്പുറത്തു വല്മീകം പിളരുന്നു.

കഥാകൃത്തിന്റെ മിഴികൾ അരയാൽത്തറ വിട്ടുയരുന്നു. അരയാലിന്റെ ഉച്ചിയിൽ അനുഗ്രഹം ചൊരിഞ്ഞുനിൽക്കുന്ന ആചാര്യർ. മൃദുസ്മേരമുതിർത്തു നിൽക്കുന്ന കാദംബരി.

അയാളുടെ മനോമണ്ഡലത്തിലൂടെ മിന്നൽപ്പിണരുകൾ പായുന്നു. കഥയും പേരാലും കൂടിപ്പിണഞ്ഞ് അകത്തു വേരാഴ്ത്തിനിൽക്കുന്നു!

'വരൂ', പുതിയകഥ പറയാൻ വെമ്പിനിൽക്കുന്ന വേതാളം വിളിക്കുന്നു.

ധൃതിപ്പെട്ട് അയാൾ നിയോഗത്തിന്റെ പടവുകൾ ചവിട്ടിക്കയറി.

●

## വാൻഗോഗ്

**ഹോ**ട്ടലുടമ എന്നെ പിടിച്ചു പുറത്തേക്കു തള്ളിയപ്പോൾ, തെരുവിൽ പട്ടിണിയുടെ നെരിപ്പോടിൽ ഞാൻ നീറിയപ്പോൾ, ക്ഷയത്തിന്റെ അണുക്കൾ എന്നെ കാർന്നപ്പോൾ, രോഗത്തിന്റെ വായിൽ ഇഷ്ടഭോജ്യമായി ഞാൻ ഒടുങ്ങിയപ്പോൾ ഒന്നും നിങ്ങൾ എന്നെ തിരിഞ്ഞുനോക്കിയില്ല.

ഇന്ന് നിങ്ങൾ എന്റെ ചോരവിറ്റ് കാശാക്കുന്നു. അസ്ഥിയുടെ അവശിഷ്ടംപോലും അമൂല്യമാവുന്നു. കോടികൾ വെച്ച് വിലപേശുന്നു.

കൊള്ളാം.

കൊള്ളാം. നിങ്ങളുടെ കലാസ്നേഹം!

●

# വിശുദ്ധന്റെ ചോര

യേശു അരുളുന്നു: 'പാപം ചെയ്യാത്തവർ കല്ലെറിയട്ടെ.'

ആരും നിന്ന നിൽപ്പിൽനിന്നനങ്ങിയില്ല. ആരുടെ കൈകളും പൊങ്ങിയില്ല. ഒരൊറ്റക്കല്ലുപോലും അവൾക്കു നേരെ ചീറിപ്പാഞ്ഞില്ല. ചെയ്തുപോയ കൊച്ചുകൊച്ചു പാപങ്ങൾ അവരുടെ അകതാരിൽ നീറ്റലുളവാക്കുന്നു.

അതു പഴയ പാഠം.

വൻപാപങ്ങളിൽ മുഴുകിക്കഴിയുന്നവരോട് യേശു കൽപ്പന ആവർത്തിക്കുന്നു.

പറഞ്ഞു തീരേണ്ട താമസം; പേമാരി കണക്കെ ചരൽക്കല്ലുകൾ അവൾക്കു നേരെ വർഷിക്കുന്നു.

കല്ലുകൾ അവളെയും കടന്നു പുണ്യാത്മാവിനുമേൽ പതിക്കുന്നു. യേശുവിന്റെ ദൃഷ്ടി ആകാശത്തേക്കുയരുന്നു. വിശുദ്ധന്റെ ചോര വീണു ഭൂമി നനയുന്നു.

•

# പ്രതീക്ഷ

**ഓ**ളങ്ങളിൽ അമ്മാനമാടുന്ന കടൽപ്പക്ഷികളിൽ മിഴിനട്ടിരിക്കുകയായിരുന്നു അവർ. എന്തുഭംഗി? അവ അന്യോന്യം കൊക്കുരുമ്മുന്നു. കൊത്തിപ്പിരിഞ്ഞ് മേൽപ്പോട്ട് പറന്നുയരുന്നു. വീണ്ടും ജലപ്പരപ്പിനു മുകളിൽ വന്നിരിക്കുന്നു. തുള്ളിക്കളിക്കുന്നു. കുഞ്ഞിന്റെ പിളർന്ന വായിൽ പെൺപക്ഷി ഭക്ഷണമിട്ടുകൊടുക്കുന്നു.

കാമുകിയുടെ കവിളിലെ കാക്കപ്പുള്ളിയിൽ വിരലോടിച്ചുകൊണ്ട് യുവാവ് പറഞ്ഞു:

'നിമിഷങ്ങൾ സാർത്ഥകമാവുന്നത് നോക്കൂ.'

കാമുകിയുടെ കപോലങ്ങളിൽ സന്ധ്യ തുടുത്തു.

'നേരാണ്' യുവതി കൂട്ടിച്ചേർത്തു: 'വന്ധ്യമായ ഒരു മന്വന്തരത്തെക്കാൾ-'

'അതെങ്ങനെ-?' യുവാവിന് സംശയം.

'ദുഷ്ട സന്തതികൾ വന്ധ്യതയെക്കാൾ വേദനയേറിയതാവില്ലെ?'

തീരങ്ങളെ വാരിപ്പുണരാൻ വെമ്പുന്ന തിര. അരുണാഭയാർന്ന നഭസ്സ്.

അപ്പോൾ, ആകാശത്തിന്റെ ചരിവിറങ്ങിവന്ന ഒരു ദൈവദൂതൻ അവരെ സമീപിച്ചു. തിര അവശേഷിപ്പിച്ചുപോയ നുരമാലകളെ ചൂണ്ടി ദൈവദൂതൻ ചോദിച്ചു:

'ഇത് കാണുന്നില്ലേ നിങ്ങൾ?'

ചിന്തയിൽ മുഴുകിയിരിക്കുന്ന കമിതാക്കൾ ദൈവദൂതന്റെ ചോദ്യം കേട്ടില്ല.

ചെറുപ്പക്കാരന്റെ തോളിൽ തോണ്ടിക്കൊണ്ട് ദൈവദൂതൻ ചോദിച്ചു:

'ഹേ, ചെറുപ്പക്കാരാ, ഇതിന്റെ പാഠം നിങ്ങൾക്കിനിയും ഉൾക്കൊള്ളാനായില്ലെ?'

ചെറുപ്പക്കാരന്റെ ചുണ്ടിൽ പ്രകാശപൂർണമായ ഒരു ചിരി വിരിഞ്ഞു. അടുത്ത നിമിഷത്തിൽ അത് പൊലിഞ്ഞു പോവുകയും ചെയ്തു.

'നിങ്ങൾക്ക് ഉൾക്കൊള്ളാനാവുന്നു എന്നതിന്റെ തെളിവാണിത്.' ദൈവ ദൂതൻ പറഞ്ഞു: 'ക്ഷണഭംഗുരമായ ഈ ഉടയാടകൾ ഊരിയെറിഞ്ഞ് നിങ്ങൾ എന്റെ കൂടെ വരൂ. അരുവികൾ ഒഴുകുന്ന താഴ്വാരങ്ങളിൽ നിങ്ങൾ ശാശ്വതരായിരിക്കും. വാർദ്ധക്യവും വിശപ്പും ദാഹവും നിങ്ങളെ അലട്ടുകയില്ല. മഴവില്ലിന്റെ ഭംഗി ഒത്തതും അനാഘ്രാതസുമം പോലുള്ളതും ആയ താരുണ്യം നിങ്ങൾക്കിണയായിരിക്കും.'

'ഈ ധന്യത ഇട്ടെറിഞ്ഞോ?' ചെറുപ്പക്കാരന്റെ കണ്ണുകളിൽ ആശ്ചര്യം. 'ഞാനില്ല.'

'വിഡ്ഢി' ദൈവദൂതന്റെ പല്ലുകൾ ഞെരിഞ്ഞു.

യുവതിയുടെ കണ്ണുകൾ വിടർന്നു. ദൈവദൂതനെ സാകൂതം നോക്കി നിന്നിട്ട് അവൾ പറഞ്ഞു:

'ഒരു നിബന്ധന അംഗീകരിക്കാമെങ്കിൽ ഞാൻ വരാം.'

'എന്താണത്?'

'വെൺമേഘപ്പാളിപോലെ നിർമ്മലരായ മക്കൾ.'

ദൈവദൂതൻ അതിനുത്തരമേകിയില്ല.

ഗാഢമായ ചിന്തയിലാണ്ടപോലെ കുറേനേരം അവളെത്തന്നെ നിർന്നിമേഷനായി നോക്കി നിന്നശേഷം ഒരു മിന്നൽപ്പിണർ പോലെ ദൈവദൂതൻ ആകാശച്ചെരിവിൽ മറഞ്ഞു. ദൈവദൂതൻ പോയ്മറഞ്ഞ ദിശയിൽ കണ്ണുനട്ട് അവൾ കുറേനേരം നിന്നു. പിന്നെ, ആ ദിശ ലാക്കാക്കി വാപിളർന്നു നില്ക്കുന്ന അലമാലകളെ വകവെക്കാതെ ഇറങ്ങിനടന്നു.

ആഴിപ്പരപ്പിൽ അകന്നകന്നു പോവുന്ന അവളെ നോക്കി കാമുകൻ വിളിച്ചു പറഞ്ഞു:

'തിരിച്ചു വരൂ ഓമനേ. അലകടൽ നിന്നെ വിഴുങ്ങും മുന്നെ മടങ്ങി വരൂ.'

അവൾ വിളികേട്ടില്ല.

ആഴിപ്പരപ്പിൽ ആണ്ടുപോവുമ്പോഴും അവളുടെ കണ്ണുകളിൽ നക്ഷത്രങ്ങൾ തിളങ്ങിനിന്നു.

●

# കറുത്ത പട്ടി

ഒടുവിൽ കുഞ്ഞാപ്പുവിനെയും പട്ടികടിച്ചു. എന്നു മാത്രമല്ല കുഞ്ഞാപ്പു മരിക്കുകയും ചെയ്തു. കറുത്ത രോമങ്ങൾ ദേഹത്തെറിച്ചു നിൽക്കുന്ന, കരിമ്പോത്തിന്റേതുപോലെ ചുവന്ന കണ്ണുകളുള്ള പട്ടിയുടെ കടിയേറ്റ ആരും ഇന്നേവരെ ചാവാതെ നിന്നിട്ടില്ല എന്നാണ് കുഞ്ഞാപ്പു തന്നെ പല തവണ പറഞ്ഞിട്ടുള്ളത്. ഞങ്ങളുടെ ഗ്രാമത്തെ സംബന്ധിച്ചിടത്തോളം കുഞ്ഞാപ്പുവിന്റെ മരണം അത്ര നിസ്സാരമായ ഒരു കാര്യമല്ല. കുഞ്ഞാപ്പുവിനെ പട്ടി കടിച്ച വാർത്തയറിഞ്ഞ ഞങ്ങൾ ഞടുങ്ങിപ്പോവുകതന്നെ ചെയ്തു.

കാവിൽ തേവാരത്തിനുപോയ ശങ്കരനെമ്പ്രാന്തിരിയാണ് കുഞ്ഞാപ്പുവിന്റെ ജഡം ആദ്യം കണ്ടത്. ആൽത്തറയിൽ പൊട്ടിവീണ, ഉണങ്ങിയ ഒരാലിൻകൊമ്പാണെന്നേ ആദ്യം തോന്നിയുള്ളു. കുഞ്ഞാപ്പുവിന്റെ വിറങ്ങലിച്ച ജഡമാണതെന്നു തിരിച്ചറിഞ്ഞപ്പോൾ ശങ്കരനെമ്പ്രാന്തിരി തരിച്ചുനിന്നുപോയി.

– ചതിച്ചല്ലോന്റെ ദേവ്യേ.

എമ്പ്രാന്തിരി ഉള്ളുണർന്നു തേങ്ങി. അയാളുടെ തൊണ്ടയിൽ ഒരു നിലവിളി കുരുങ്ങി നിന്നു. അയാൾ പാരവശ്യത്തോടെ ദൃഷ്ടി മേലോട്ടുയർത്തി. ആൽച്ചില്ലകളിൽ പൂത്തുനിൽക്കുന്ന പ്രഭാതത്തിന്റെ വെള്ളിപ്പൂക്കളിൽ വീണുകിടക്കുന്ന ആകാശത്തിന്റെ നിഴൽ മിഴിനീരുറഞ്ഞ കണ്ണുകളാലെ നോക്കിനിന്നു അയാൾ. കാറ്റിൽ അകന്നകന്നുപോകുന്ന കറുത്ത പട്ടിയുടെ കാലടിസ്വരം. എമ്പ്രാന്തിരിയുടെ ഉള്ളാളി.

അപ്പോൾ ഗ്രാമത്തിലെ പള്ളിയുടെ മിനാരങ്ങളിൽ നിന്ന് അസഹ്യമായൊരു തേങ്ങലിന്റെ അലയുയർന്നു:

– ഇന്നാലില്ലാഹി വഇന്നാഇലൈഹി റാജിഊൻ.

ഗ്രാമത്തിൽ വിഷാദം മൂടിക്കെട്ടി. കുന്തിരിക്കത്തിന്റെയും സാമ്പ്രാണിയുടെയും മണം നിറഞ്ഞു.

കുഞ്ഞാപ്പു ഇരുന്നു ഞങ്ങളോടു സംസാരിക്കാറുള്ള ആൽത്തറയ്ക്കടുത്തുതന്നെ ഞങ്ങൾ കുഞ്ഞാപ്പുവിനെ അടക്കം ചെയ്തു.

ബലിക്കാക്കകൾ ഗ്രാമത്തിനു മുകളിൽ ചിറകടിച്ചു പറന്നു കലപില കൂട്ടിക്കൊണ്ടിരുന്നു. ആ ശബ്ദം ഞങ്ങളുടെ ഉൾത്തടങ്ങളിൽ നീറി. അതിന്റെ കുമിളകൾക്കപ്പുറത്ത് അടുത്തടുത്തുവരുന്ന കറുത്തപട്ടിയുടെ കാലടി ശബ്ദം. കുമിളകൾ ഒന്നൊന്നായി പൊട്ടിത്തകരുമ്പോൾ ആ ശബ്ദം മാത്രം.

കറുത്ത പട്ടിയെക്കുറിച്ച് ഞങ്ങളെ ബോധവാന്മാരാക്കിയതു കുഞ്ഞാപ്പുതന്നെയാണെന്നതാണ് പ്രത്യേകത. അതുമാത്രമല്ല കുഞ്ഞാപ്പുവിന്റെ മഹത്വം. കുഞ്ഞാപ്പു ഞങ്ങളുടെ ഗ്രാമത്തിലെ ദൈവദൂതനായിരുന്നു. ഞങ്ങളുടെ ജ്ഞാനമായിരുന്നു. ഞങ്ങളുടെ ഗ്രാമത്തിന്റെ സുഹൃത്തും ഗുരുവും കുഞ്ഞാപ്പുതന്നെയായിരുന്നു.

കുഞ്ഞാപ്പുവിനെക്കുറിച്ചു കൂടുതലൊന്നും ഞങ്ങൾക്കറിഞ്ഞുകൂടാ. എവിടെനിന്നു വന്നെന്നോ, എവിടേയ്ക്കു പോവുന്നെന്നോ, എന്താണയാളുടെ ഉദ്ദേശ്യമെന്നോ ഒന്നും. അപ്രതീക്ഷിതമായി ചില ദിവസങ്ങളിൽ, ഒരു കുമിൾ പോലെ ഗ്രാമത്തിൽ പ്രത്യക്ഷപ്പെടുന്നു. അതുപോലെ തന്നെ, ഒരു ദിവസം അപ്രത്യക്ഷമാവുകയും ചെയ്യും. എന്നിട്ടും കുഞ്ഞാപ്പുവിനെ അറിയാമെന്നു ഞങ്ങൾ അഹങ്കരിച്ചു. ഇപ്പോൾ, ദുഃഖത്തിന്റെ ശ്വാസം മുട്ടിക്കുന്ന പുണരലിന്റെ ഈ നിമിഷത്തിൽ ഞങ്ങൾ ഞങ്ങളുടെ വിഡ്ഢിത്തമോർത്തു പരിതപിക്കുന്നു.

എന്തിന്-?

ജ്വാലകൾ കെട്ടടങ്ങിയ ഈ വേളയിൽ, കൊടുങ്കാറ്റിന്റെ ഹുങ്കാരം വിഷാദത്തിന്റെ ഈരടിയായി നേർത്ത ഈ നിമിഷത്തിൽ എന്തിന്-? ഞങ്ങൾക്കറിയില്ല.

കുഞ്ഞാപ്പു ഒരിക്കൽ പറഞ്ഞു:

"ഒരനിവാര്യതയാണ് പട്ടിയുടെ വരവ്. കാരണം നമ്മളെല്ലാം അതിന്റെ ഇരകൾ മാത്രം. അതെപ്പോഴാണ് വരുന്നതെന്നോ എപ്പോഴാണ് നിങ്ങളെയും എന്നെയും ആക്രമിക്കുന്നതെന്നോ പറയാനാവില്ല."

ആകാംക്ഷ ജ്വലിക്കുന്ന കണ്ണുകളാലെ കുഞ്ഞാപ്പുവിനെത്തന്നെയുറ്റുനോക്കി ഞങ്ങളിരുന്നു. ഗാഢമായ ആലോചനയിൽ കുറെ നേരം ഇരുന്നിട്ട് കുഞ്ഞാപ്പു തുടർന്നു:

“ഒരുപക്ഷേ, ആ അനിവാര്യതതന്നെയാണ് എന്നെ ഇവിടെക്കൊണ്ടെത്തിച്ചിട്ടുള്ളത്.”

കറുത്ത പട്ടിയുടെ അപ്രതീക്ഷിതമായ വരവ്. കുഞ്ഞാപ്പുവിന്റെ വാക്കുകൾ ഞങ്ങളുടെ ഉള്ളിൽ ജീവനുള്ള ചിത്രങ്ങൾ വരച്ചുവെയ്ക്കുകയായിരുന്നു.

ദീനരോദനം: ന്റെമോനെ - നീ ഞങ്ങളെ ഇട്ടേച്ച് പോയല്ലെടാ മോനെ -

എന്റുമ്മാ -

എന്റുപ്പാ -

ദുഃഖത്തിന്റെ കുമിളകൾക്കുള്ളിൽ നിറയുന്ന സാമ്പ്രാണിയുടെയും കുന്തിരിക്കത്തിന്റെയും മണം. പച്ചമണ്ണിലലിയുന്ന നരമാംസത്തിന്റെ ഗന്ധം. കാറ്റിൽ നേർക്കുന്ന, മാവിൻ കടയ്ക്കൽ മഴു ആഞ്ഞുവീഴുന്നതിന്റെ ശബ്ദം. പിന്നെ എല്ലാം ഗ്രസിച്ചുകൊണ്ടുയരുന്ന പുക. പുകയുയർന്നു തീരുമ്പോൾ എല്ലാം ശാന്തം. പിന്നെ ശവംനാറിപ്പൂക്കളുടെ മണം മാത്രം. കുമിളകൾ പൊട്ടിയൊടുങ്ങിയതിനുശേഷമുള്ള നിശ്ശൂന്യത.

കുഞ്ഞാപ്പുവിന്റെ വാക്കുകൾ ഒരു ചിത്രകാരന്റെ ബ്രഷുപോലെ വിദഗ്ദ്ധമായിരുന്നു. കുഞ്ഞാപ്പു ഞങ്ങളുടെ ഹൃദയഭിത്തികളിൽ വരച്ചുവച്ച ചിത്രങ്ങൾ ഞങ്ങളെ കിടിലംകൊള്ളിച്ചുകൊണ്ടിരുന്നു സദാ. പല രാത്രികളിലും പട്ടിയുടെ ഭീകരമായ ഓരിയിടൽ കേട്ടു ഞങ്ങൾ ഞെട്ടിയുണർന്നു. അതിനെക്കുറിച്ചു പറഞ്ഞപ്പോഴൊക്കെ കുഞ്ഞാപ്പു പറഞ്ഞു:

“പേടിക്കണ്ട. നിങ്ങൾ പട്ടിയെ പിടിച്ചുകെട്ടുന്ന ഒരു കാലം വരും. അപ്പോൾ പട്ടി നിങ്ങളുടെ വരുതിയിൽ നിൽക്കും.”

അപ്പോൾ ഗ്രാമത്തിനു മുകളിൽ ഒരു നക്ഷത്രം മിന്നി. അതു പറയുമ്പോഴും കുഞ്ഞാപ്പുവിന്റെ ദൃഷ്ടി ആകാശത്തിന്റെ അനന്തതയിൽ തറഞ്ഞു നിൽക്കുകയായിരുന്നു. മേഘപാളികളിൽ എന്തോ ചികഞ്ഞുകൊണ്ടു കുഞ്ഞാപ്പു ഒരിക്കൽ പറഞ്ഞു:

“നിങ്ങളില്ലാത്ത ഒരു ലോകത്തെക്കുറിച്ച് ആലോചിച്ചുനോക്കൂ നിങ്ങൾ. എത്ര വിരസവും അനാവശ്യവുമാണതെന്ന്. ഇവിടത്തെ സമ്പൽസമൃദ്ധിയും സൗന്ദര്യധോരണിയും അപ്പോൾ അർത്ഥശൂന്യം.”

കുഞ്ഞാപ്പുവിന്റെ വാക്കുകൾ ഞങ്ങളുടെ അകത്തളങ്ങളിൽ കൊടുങ്കാറ്റുപോലെ ചീറിയടിച്ചു. ഭീതി കനത്ത പരശ്ശതം കണ്ണുകൾ കുഞ്ഞാപ്പുവിന്റെ മുഖത്തു തറഞ്ഞുനിന്നു.

അപ്പോൾ സാന്ത്വനത്തിന്റെ സ്വരത്തിൽ കുഞ്ഞാപ്പു തുടർന്നു:

"അതുകൊണ്ടാണ് ഞാൻ പറയുന്നത്, കറുത്ത പട്ടിയെ നിങ്ങൾ കീഴടക്കുന്ന ഒരു കാലം വരുമെന്ന്. നിങ്ങളുടെ പരമപ്രധാനമായ ഒരാവശ്യമാണത്."

അങ്ങനെ പറയുമ്പോഴും കുഞ്ഞാപ്പുവിന്റെ കണ്ണുകളിൽ കരിന്തിരി കത്തിയണഞ്ഞതിന്റെ കറുപ്പ് പടർന്നു നിന്നതു ഞങ്ങൾ ശ്രദ്ധിച്ചു. അതിനെക്കുറിച്ച് കുഞ്ഞാപ്പുവിനോട് ചോദിക്കാൻ ധൈര്യമുണ്ടായില്ല ഞങ്ങൾക്ക്. മാത്രവുമല്ല അത്തരം ചോദ്യങ്ങളൊന്നും കുഞ്ഞാപ്പുവിനെ സംബന്ധിച്ചിടത്തോളം പ്രധാനവുമായിരുന്നില്ല. അത്തരം ചോദ്യങ്ങൾക്കൊന്നിനും ഒരിക്കലും കുഞ്ഞാപ്പു മറുപടി പറഞ്ഞതായും ആർക്കും അറിവില്ല.

അങ്ങനെയുള്ള കുഞ്ഞാപ്പുവിനെയാണ് പട്ടി കടിച്ചത്.

●

# മനസ്സിൽ മഞ്ഞുറയുമ്പോൾ

**സാ**ന്ദ്രനിശ്ശബ്ദതയിൽ തുള വീഴ്ത്തിക്കൊണ്ട് കുവൈറ്റ് റോഡിലൂടെ വാഹനങ്ങൾ ഇരമ്പിപ്പായുന്നു. തണുപ്പിന്റെ കൂർത്ത നഖങ്ങൾ അസ്ഥികളിൽ ചൂഴ്ന്നിറങ്ങുന്നു. ഖത്രയും സൂഫും അഴിച്ചുവെച്ച് ആലസ്യം വാരിപ്പുതച്ചുറങ്ങുന്ന നഗരം. കാതുകളുടെ അലോസരമായി ക്ലോക്കിന്റെ ശബ്ദം; കാലത്തിന്റെ ഹൃദയസ്പന്ദനം പോലെ; മൃതിയുടെ കാലൊച്ച പോലെ.

'മൂകജ്ജിയുടെ കിനാവുകളി'ൽ നിന്ന് മനസ്സ് വഴുതിമാറുന്നു. രാവിന്റെ കരളിൽ മഞ്ഞുതിരുന്നു. അകത്ത് ഇളകിമറിയുന്ന കടൽ.

വായുവിനെ തുളയ്ക്കുന്ന കോളിംഗ് ബെല്ലിന്റെ മൂർച്ച. അഴിഞ്ഞു തുടങ്ങിയ ലുങ്കി അഴിച്ചുടുത്തിട്ട് വാതിൽ തുറന്നു. ചാഞ്ഞുവീണ പ്രകാശത്തിന്റെ സർപ്പക്കുഞ്ഞുങ്ങൾ കോറിഡോറിൽ. കണ്ണുകളിൽ നീലത്തടാകങ്ങൾ ഒളിപ്പിച്ചുവെച്ച ഷഹ്നാ മുന്നിൽ - ഷഹ്നാ സലിം.

ഷഹ്നാ നീ - ഈ പാതിരാവിൽ-? മനസ്സ് തുടിച്ചു.

അവൾ ചിരിച്ചപ്പോൾ അരിമുല്ലപ്പൂക്കളുതിർന്നു.

'എന്താ അബൂ ഇത്.' അവളുടെ സ്വരത്തിൽ പരിഭവത്തിന്റെ നനവ്. കണ്ണുകളിൽ പരൽമീനുകൾ പുളഞ്ഞു: 'ഇങ്ങന്യാ ഒരാൾ വിരുന്നുവന്നാൽ...?'

'ഓ ഞാൻ മറന്നു' ജാള്യം മറച്ചു പിടിച്ചു: 'വരൂ.'

പിന്നിൽ ഒരു നേർത്ത കിരുകിരുപ്പോടെ വാതിലടഞ്ഞു.

ഹീറ്റർ ചവച്ചു തുപ്പുന്നചൂട് തണുപ്പിന്റെ അസ്ഥികളിൽ പോറലേല്പിക്കുന്നു.

അവളുടെ ചുണ്ടുകളിലെ ചെറിപ്പഴങ്ങളുതിർന്നു വീഴാൻ വെമ്പുന്നു. 'ഷഹ്നാ എന്തേ ഈ പാതിരായ്ക്ക്?'

'എന്തു പറയാനാ അബൂ' അവളുടെ തൊണ്ടയിൽ വീണയുണർന്നു: 'സലിമിന് ഇന്നും നൈറ്റ് ഡ്യൂട്ടിയാണ്. എട്ടു മണിക്കേ അയാൾ പോയി. ടിവി യിൽ പ്രോഗ്രം എല്ലാം കഴിഞ്ഞപ്പോൾ വിളക്കുമണച്ച് കുറേനേരം തിരിഞ്ഞും മറിഞ്ഞും കിടന്നു നോക്കി. ഉറക്കം വരണ്ടേ? ഈ തണുപ്പിൽ ഒരു വലിയ ഫ്ളാറ്റിൽ തനിച്ച് ഞാൻ മറ്റെന്തു ചെയ്യാൻ? എഴുന്നേറ്റു ഡ്രസ്സു ചെയ്തു നേരേയിങ്ങു പോന്നു.'

അകലെ എവിടെയോ ഒരു പ്രാകൃത വാദ്യോപകരണത്തിന്റെ ശബ്ദം മുഴങ്ങി. നിമിഷംപ്രതി ശബ്ദം മുറുകിവരികയായിരുന്നു. അത് മുറുകി മുറുകി വല്ലാത്ത താളവേഗമാവാഹിച്ച് ഒരു സ്ഫോടനത്തിന്റെ വക്കിൽ എത്തി നിൽക്കുന്നതായി അവരറിഞ്ഞു.

പിന്നെ,

രാവിന്റെ ഉടയാടകൾ ഒന്നൊന്നായി ഊർന്നു വീഴാൻ തുടങ്ങി. വിളറിയ ചന്ദ്രൻ മേഘപാളികളിൽ മുഖം പൂഴ്ത്തി.

●

# അന്നും ഇന്നും

**അ**ന്ന് ശ്രീരാമൻ അനിയനോട് ചോദിച്ചു:

'നോക്കൂ ലക്ഷ്മണാ. ഹിംസ്രജന്തുക്കൾ വിഹരിക്കുന്ന കൊടുംകാട്ടിൽ നിന്ന് ലഭിച്ച ഈ കർണ്ണാഭരണങ്ങളും ഹാരങ്ങളും സീതാദേവിയുടെതല്ലേ?'

ലക്ഷ്മണൻ മറുപടി പറഞ്ഞു: 'പ്രഭോ, സീതാദേവിയുടെ ആഭരണങ്ങളൊന്നും ഇതുവരെ ഞാൻ കണ്ടിട്ടില്ല. അവരുടെ പാദസരങ്ങൾ മാത്രമേ ഞാൻ കണ്ടിട്ടുള്ളു. ഞാൻ ദേവതാതുല്യയായി കരുതുന്ന ആ മഹതിയുടെ പാദാരവിന്ദങ്ങൾ വണങ്ങുമ്പോൾ കാണാനിടയായതാണത്.'

വെബ്സൈറ്റിൽ കഥ അരങ്ങേറുന്നു.

സ്വർണ്ണമാനിന്റെ വേഷമണിഞ്ഞ മാരീചൻ. പൊന്മാനിൽ ഭ്രമിച്ചുപോയ സീതയുടെ അപേക്ഷപ്രകാരം അതിനു പിന്നാലെ നീങ്ങുന്ന രാമൻ. പുഷ്പകവിമാനത്തിൽ നിന്ന് കാട്ടിൽ നിപതിക്കുന്ന ആഭരണങ്ങൾ.

പുതിയ കാലത്ത് ജ്യേഷ്ഠൻ അനുജനോട് ചോദ്യം ആവർത്തിക്കുന്നു. അനുജന്റെ മറുപടി: 'ജ്യേഷ്ഠാ, ഈ ആഭരണങ്ങളൊക്കെ അവരുടേത് തന്നെയാണ്. അവരുടെ അരഞ്ഞാണംപോലും എനിക്ക് തിരിച്ചറിയാനാവും.'

•

# പുതിയ ലോകം

നഗരത്തിലെ വേശ്യത്തെരുവ് ഉണരുകയാണ്.

ക്ഷീണം കുടഞ്ഞുമാറ്റി, കണ്ണിൽ കരിമഷിയെഴുതി, കവിളിലും കക്ഷത്തും വിലകുറഞ്ഞ പൗഡർ വാരിപ്പൂശി, ഈറൻമുടിയിൽ ജമന്തിപ്പൂക്കളും ചൂടി, നെറ്റിയിലൊരു പൊട്ടും ചുവപ്പിച്ച ചുണ്ടുകളിൽ വശ്യമായൊരു ചിരിയും പറ്റിച്ചുനിർത്തി പതിവുപോലെ വേശ്യത്തെരുവ് ഒരുങ്ങി നിൽക്കുകയാണ്.

പുതിയ ഇരകൾ തേടി....

പാപത്തിന്റെ പ്രതിഫലത്തിന് വേണ്ടി....

ചുവരിൽ തറച്ചു നിർത്തിയ ദൈവങ്ങളുടെ ഫോട്ടോയ്ക്ക് ചുവട്ടിൽ രണ്ടു ചന്ദനത്തിരികൾ കത്തിച്ചുനിർത്തി കുറേ നേരം കൈകൾ കൂപ്പി കണ്ണടച്ച് പ്രാർത്ഥിച്ചതിനുശേഷം ബീഡിക്കല്ല്യാണി എന്ന തള്ള പണം എണ്ണിവാങ്ങി ഓരോരുത്തരെയായി അകത്തേക്കു വിടാൻ തുടങ്ങുന്നതോടെ വേശ്യാലയത്തിൽ ഒരു പുതിയ വ്യാപാരദിനം തുടങ്ങുകയായി.

അനാവൃതമാവുന്ന നഗ്നതയിൽ കണ്ണുകൾ ചികയവെ പാവാടക്കീശയിൽനിന്ന് തെറിച്ചുവീണ തിളങ്ങുന്ന കത്തി ചൂണ്ടി അയാൾ ചോദിച്ചു:

'എന്തിനാണിത്?'

'കിന്നാരംപറയാനുള്ള സമയമല്ല സാറേ' നിർവ്വികാരത മുഴച്ചു നിൽക്കുന്ന സ്വരത്തിൽ അവൾ പറഞ്ഞു: 'സാറ് വേഗം കാര്യംകഴിച്ച് പോവാൻ നോക്ക്.'

'എന്നാലും - നീ പറയൂ, എന്തിനാണീ കത്തി കൊണ്ടുനടക്കുന്നത്?'

'അത്-' സ്വയം ശപിക്കുന്ന മട്ടിൽ എന്തൊക്കെയോ പിറുപിറുത്തിട്ട് അവൾ പറഞ്ഞു: 'ഞങ്ങളെ ഇവിടെ വിറ്റിട്ടു പോയവന്റെ കുടലെടുക്കാൻ.'

പിന്നെ ദൃഢസ്വരത്തിൽ അവൾ പറഞ്ഞു: 'അവൻ എന്നെങ്കിലും വരും. വരാതിരിക്കില്ല.'

'ഞങ്ങൾ മൂന്നു സഹോദരികൾ.'

'മൂന്നു സഹോദരികളോ?' വിശ്വാസം വരാത്ത മട്ടിൽ ആരാഞ്ഞു.

'അതേ സാറേ, ഒരേ വയറ്റിൽ പിറന്ന മൂന്നു സഹോദരികൾ.' തെല്ലു നിർത്തി ഗദ്ഗദത്തോടെ അവൾ തുടർന്നു: 'മറ്റു രണ്ടുപേർ തൊട്ടടുത്ത മുറികളിൽ ഇതേപോലെ–'

അവളുടെ തൊണ്ടയിൽ വാക്കുകൾ തടഞ്ഞു നിന്നു.

'ആട്ടെ, എങ്ങിനെയാണ് നിങ്ങളിവിടെ എത്തിപ്പെട്ടത്?'

'അതൊക്കെ അറിഞ്ഞിട്ട് നിങ്ങൾക്കെന്തുവേണം?'

അവളുടെ പല്ലുകൾക്കിടയിൽ വാക്കുകൾ ഞെരിഞ്ഞു.

തെല്ലുനേരം എന്തോ ആലോചിച്ചു നിന്നിട്ടൊടുവിൽ, എന്തുകൊണ്ടെന്നറിയില്ല, അവൾ പറയാൻ തുടങ്ങി:

'നാല് കൊല്ലം മുമ്പാണത്.' അവളിൽ അമർഷം അയഞ്ഞ് ആവിയായി. ദുഃഖം കനത്തു: 'പത്തും പന്ത്രണ്ടും പതിമൂന്നും വയസ്സുള്ള ഞങ്ങളെ ടൗണിൽ സർക്കസ്സു കാണാനാണെന്നും പറഞ്ഞു കൂട്ടിക്കൊണ്ടുവന്ന് ഈ തള്ളയുടെ വീട്ടിൽ നിർത്തിയിട്ട് ടിക്കറ്റും വാങ്ങി വരാമെന്നും പറഞ്ഞ് പോയതാണാ ദുഷ്ടൻ. പിന്നീടാണറിഞ്ഞത് ആൾക്ക് അയ്യായിരം ഉറുപ്പികവെച്ച് വിലയെണ്ണി വാങ്ങിയാണയാള് പോയതെന്ന്. അതറിയുമ്പോഴേക്കും വളരെ വൈകിപ്പോയിരുന്നു സാറേ. എല്ലാം കഴിഞ്ഞിരുന്നു.'

അവളുടെ കണ്ണുകളിൽ ദുഃഖം പൊടിഞ്ഞു.

'ആദ്യമൊക്കെ കുറേ കരഞ്ഞും ബഹളംവെച്ചും നോക്കി. എന്തു ഫലം? ഈ മടയിൽ നിന്ന് എങ്ങനെ രക്ഷപ്പെടാൻ? ഞങ്ങളെ കൊത്തിപ്പറിക്കാനിവിടെ വന്ന പലരോടും കണ്ണീരോടെ കെഞ്ചിനോക്കി. ആരു കേൾക്കാൻ? പിന്നെ എല്ലാം ഒരു പതിവായി. എന്നെങ്കിലും അവൻ വരുമെന്ന തോന്നലിന്റെ ബലത്തിലാണ് ഓരോ ദിവസവും തള്ളിനീക്കുന്നത്.'

'ആരാണയാൾ?'

'ഞങ്ങളുടെ അച്ഛൻ.'

●

# വെളിച്ചം

ശംഖുപുഷ്പത്തിന്റെ നീലക്കണ്ണുകളിൽ പൂഴിവാരിയെറിഞ്ഞു തിരിഞ്ഞു നിൽക്കവെ ദേവിയുടെ ജലാർദ്രനയനങ്ങൾ മുന്നിൽ. മരച്ചില്ലകളിൽ പൂത്ത സന്ധ്യയുടെ ചുവന്ന പൂക്കൾ നോക്കി അയാൾ നിന്നു. കുലച്ച ശംഖുപുഷ്പച്ചെടിക്കു മുന്നിലെ സർപ്പശിലയിൽ കരിഞ്ഞുപോയ സ്വപ്നങ്ങൾ പോലെ കറുത്തുണങ്ങിയ പൂപ്പൽ. പാരിജാതം താലമുയർത്തുന്ന സന്ധ്യയുടെ കരളിൽ വിഷാദം മുറ്റി. അപ്പോൾ ദേവിയിൽ സന്ധ്യയുറഞ്ഞു.

അകലെ, പണിയപ്പാടികൾക്കു നടുവിലെ ദൈവപ്പുരയിൽ നിന്നും തുടികൊട്ട്, പാടികൾക്കു മുന്നിലെ പുൽക്കൂടുകളിൽ പാട്ടിന്റെ ജ്വാല.

അവർക്കിടയിൽ മൗനത്തിന്റെ പുറ്റ് കനത്തു. സമൃദ്ധമായ കാടിന്റെ നിഴലായി മേഘങ്ങളിൽ തലപൂഴ്ത്തിയ ഉദയഗിരി പിന്നിൽ.

“ശിലയിലുറങ്ങുന്ന ദൈവത്തെയുണർത്താനുള്ള ശ്രമമാണോ ദേവി?” മൗനവല്മീകം തല്ലിയുടച്ചുകൊണ്ട് അയാൾ ചോദിച്ചു.

ശംഖുപുഷ്പത്തിന്റെ കണ്ണിൽ പ്രതീക്ഷ തിളങ്ങി. ദേവിയുടെ കണ്ണിൽ ലജ്ജാതാരം. അതണയ്ക്കാൻ വാശിയോടെ അയാൾ പെട്ടെന്നു പറഞ്ഞു:

“അതുണരില്ല കുട്ടീ.”

തുടികൊട്ടിപ്പാട്ടുയരുകയും താഴുകയും ചെയ്യവെ, താളഭംഗി സന്ധ്യയിലലിയവെ, സർപ്പശിലയിലെ കരിഞ്ഞ തുളസിയില കാറ്റിൽ പാറി. കാറ്റിൽ തുളസിപ്പൂവിന്റെയും പാരിജാതത്തിന്റെയും നേർത്ത സുഗന്ധം. അപ്പോൾ ദേവിയുടെ കൺകളിൽ തുലാവർഷമിരുണ്ടു. മനസ്സിൽ കരിനാഗങ്ങൾ പുളഞ്ഞു.

ദേവാ ഉണരൂ. അവൾ മൂകമായി കേണു.

അകലെ ദൈവപ്പുരയിൽ കോമരമുറഞ്ഞു തുള്ളി. കോമരത്തിന്റെ കൈയിൽ വിമുഖതയുടെ പൂഴി. കണ്ണുകളിൽ മുക്തിയുടെ പൂക്കൾ. വായുവിൽ കരവാളിന്റെ കിലുക്കം.

ദേവാ ഉണരൂ.

ദൈവം ചിരിച്ചു. ദൈവത്തിന്റെ ചിരി സർപ്പശിലയിൽ തട്ടിച്ചിതറി. പൂഴി മണ്ണിൽ പുതിയ വെളിച്ചം വ്യാപിച്ചു.

ശംഖുപുഷ്പച്ചെടിയെ തൊട്ടുണർത്തിക്കൊണ്ട് അത് അന്തരീക്ഷ ത്തിൽ ലയിച്ചു.

അപ്പോൾ ശംഖുപുഷ്പത്തിന്റെ കണ്ണുകൾ തിളങ്ങി.

●

# പ്രജ്ഞ

അവരുടെ സ്വപ്നംപോലെ നക്ഷത്രജാലങ്ങൾ മീതെ. വെള്ളിമേഘങ്ങളെ താരാട്ടു പാടിയുറക്കുന്ന കാട്ടരുവി താഴെ. അരുവിക്കരയിലെ അവരുടെ മുളങ്കുടിലിൽ തപ്തമൂകതയുടെ വാചാലത.

അവർ ദൃഷ്ടിയുയർത്തി ആകാശക്കോണുകളിൽ നോക്കി.

എവിടെ, എവിടെ ആ ചുവന്ന നക്ഷത്രക്കുഞ്ഞ്?

തെച്ചിപ്പൂവിന്റെ മണമുള്ള നക്ഷത്രമെവിടെ?

അവരുടെ കൺകളിൽ ആതിരത്താരത്തിന്റെ ജ്വാല. ചുണ്ടുകളിൽ നക്ഷത്രനാളത്തിൽ നിന്ന് കൊളുത്തിയെടുത്ത പ്രജ്ഞയുടെ ചിരി.

എവിടെ, എവിടെ എന്റെ നക്ഷത്രം?

തെച്ചിപ്പൂവിന്റെ നിറമുള്ള, എന്റെ മോചനത്തിന്റെ നക്ഷത്രമെവിടെ?

ചെറുപ്പക്കാരന്റെ കണ്ണുകൾ ആകാശത്തിന്റെ പാളികളിൽ ചികഞ്ഞു. ഉള്ളിൽ നിറഞ്ഞുനിൽക്കുന്ന തൃഷ്ണയുടെ പൂക്കൾ. അരുവിയുടെ തീരങ്ങളിൽ പ്രതിബിംബിച്ച മോഹത്തിന്റെ വെള്ളാമ്പലുകൾ ചെറുപ്പക്കാരന്റെ ലഹരിയായി. ഹൃദയത്തുടിപ്പുപോലെ അരുവിയുടെ ശക്തസംഗീതം.

എവിടെ, എവിടെ എന്റെ രാഗം?

എന്റെ മോഹത്തിന്റെ നക്ഷത്രപ്പൂമ്പൈതലെവിടെ?

പൊടുന്നനെ എന്തോ ഓർത്തിട്ടെന്നപോലെ ചെറുപ്പക്കാരൻ വൃദ്ധനെ നോക്കി. അയാളുടെ കണ്ണുകളിൽ നക്ഷത്രശോഭ കെട്ടുകൊണ്ടിരിക്കുന്നതുകണ്ട് ചെറുപ്പക്കാരൻ ഞെട്ടി. വൃദ്ധന്റെ പാൽനുരത്താടി ഇളങ്കാറ്റിലാടി. ചെറുപ്പക്കാരന്റെ കണ്ണുകൾ വൃദ്ധനിൽ തറഞ്ഞു.

എന്തുപറ്റി ഇയാൾക്ക്? ഇയാളുടെ കണ്ണുകളിലെ തൃഷ്ണയുടെ അഗ്നിയെവിടെ?

അരുവിത്തടങ്ങളിൽ പ്രതിബിംബിച്ച വെള്ളാമ്പൽ പൂക്കളുടെ മണമുള്ള കാറ്റിന്റെ ചില്ലയിലിരുന്നാരോ ചോദിച്ചു അപ്പോൾ: നിങ്ങൾ തേടിയ ചുവന്ന നക്ഷത്രക്കുഞ്ഞിനെ കാണണ്ടേ നിങ്ങൾക്ക്? നിങ്ങളുടെ തന്നെ മോചനത്തിന്റെ പാട്ടും കേൾക്കേണ്ടേ?

പെട്ടെന്ന്, അകമേ വിടർന്നപോലെ, ഔത്സുക്യത്തോടെ ചെറുപ്പക്കാരൻ പറഞ്ഞു: വേണം, എനിക്കു കേൾക്കണം.

വൃദ്ധനെ ആലസ്യത്തിന്റെ തണുപ്പ് ബാധിക്കുന്നത് ചെറുപ്പക്കാരൻ ഉള്ളുരുക്കുന്ന അസ്വസ്ഥതയോടെ കണ്ടുനിന്നു.

ചെറുപ്പക്കാരൻ അരുവിയുടെ സംഗീതത്തിന്റെ താളമായി. അതിന്റെ ലഹരി അയാളിൽ ഉന്മാദം പോലെ പടർന്നു. ചെറുപ്പക്കാരൻ ആകാശത്തേയ്ക്കു ദൃഷ്ടിയുയർത്തി. വീണ്ടും ആമ്പൽപ്പൂക്കളുടെ മണം അയാളിൽ ആവേശമുണർത്തി.

"നമ്മുടെ ശ്രമം വ്യർത്ഥമാണ് കുട്ടീ." വൃദ്ധന്റെ തളർന്ന ശബ്ദം കേട്ട് ചെറുപ്പക്കാരൻ ഞെട്ടി.

എന്ത്? എന്താണിയാൾ പറയുന്നത്?

വൃദ്ധൻ തുടർന്നു: "അവിടെ ചുവന്ന നക്ഷത്രപ്പൈതലില്ല മോനെ."

വൃദ്ധന്റെ വാക്കുകൾ കേട്ട് ചെറുപ്പക്കാരൻ വീണ്ടും ഞെട്ടി.

ആരുടെ ശബ്ദമാണിത്?

നക്ഷത്രക്കുഞ്ഞിനെ പിടിക്കാൻ അഗ്നിപോലെ പടർന്ന എന്റെ മുൻഗാമിയുടെ ശബ്ദം?

ചെറുപ്പക്കാരൻ വിശ്വാസംവരാത്ത മട്ടിൽ വൃദ്ധനെ തുറിച്ചുനോക്കി. അരുവിയുടെ ശബ്ദം അയാളുടെ കാതുകളിൽ മുഴങ്ങി: മുന്നോട്ടു പോവുക പഥികാ; നീ സത്യാന്വേഷകനാണ്.

അസഹ്യതയുടെ ചരൽക്കല്ലുകളായി വൃദ്ധന്റെ ശബ്ദം വീണ്ടും: "നമുക്കീ വ്യർത്ഥശ്രമം മതിയാക്കുക കുട്ടീ."

ചെറുപ്പക്കാരന്റെ കണ്ണുകളിൽ രോഷത്തിന്റെ തീപാറി. നാഡികളിൽ അഗ്നിപടർന്നു. മുഷ്ടിചുരുട്ടി വായുവിലിടിച്ചുകൊണ്ട് അയാൾ പറഞ്ഞു:

"ഇല്ല. ഞാൻ തോല്ക്കില്ല."

പിന്നെ ചെറുപ്പക്കാരൻ വൃദ്ധനോടായി പറഞ്ഞു:

"നിങ്ങൾ അവസാനിപ്പിച്ചേടത്തുനിന്നാണ് എന്റെ തുടക്കം." അല്പം നിർത്തി, തുടർന്നു; "നിങ്ങൾ തോറ്റേടത്താണ് എന്റെ ജയം."

അരുവിയുടെ ഓളങ്ങളിൽ ചെറുപ്പക്കാരന്റെ ശബ്ദമലിഞ്ഞു. അപ്പോൾ വെള്ളാമ്പൽപ്പൂക്കളുടെ കണ്ണുകളിൽ ചുവന്ന നക്ഷത്രങ്ങൾ തിളങ്ങി നിൽപ്പുണ്ടായിരുന്നു.

●

# തപസ്സ്

പ്രഭാതത്തിൽ തപസ്സ് നഷ്ടപ്പെട്ട പുഴു ചോദിച്ചു. എവിടെയായിരുന്നു ഇതുവരെ?

എനിക്കറിയില്ല, സന്ന്യാസി പറഞ്ഞു.

എന്നോ നഷ്ടപ്പെട്ട എന്റെ വെളിച്ചം തേടി താഴ്വാരത്തിലെങ്ങോ ഞാനലയുകയായിരുന്നു എന്ന് പറഞ്ഞാൽ നിനക്ക് മനസ്സിലാകുമോ? സന്ന്യാസി മൂകമായി ചോദിച്ചു:

എന്താണ് നിങ്ങളുടെ മുഖം വാടിയിരിക്കുന്നത്? പുഴു ചോദിച്ചു.

അകലെ ചക്രവാളം ചിരിച്ചു.

എന്താണ്? സന്ന്യാസി സ്വയം ചോദിച്ചു. പിന്നെ പറഞ്ഞു. എനിക്കറിയില്ല. അകലെ താഴ്വാരത്തിന്നു മുകളിൽ ആകാശമിരുണ്ടു. മഴമേഘച്ചീളുകളിൽ കൊടുങ്കാറ്റടിച്ചു. താഴ്വാരത്തിന്നു മുകളിൽനിന്നു മഴക്കാർ നീങ്ങിപ്പോയി. താഴ്വാരം കേണു: "എവിടെ എന്റെ മഴ....?"

അപ്പോൾ ആകാശം പൊട്ടിച്ചിരിച്ചു.

എന്റെ മഴ എനിക്കു തരൂ... താഴ്വര കേണു.

എന്നിട്ട്?

പുഴു ആകാംക്ഷയോടെ ആരാഞ്ഞു.

മഴ പെയ്തില്ല. സന്ന്യാസി നിസ്സംഗമായി പറഞ്ഞു.

കിട്ടില്ലെന്നറിഞ്ഞിട്ടും അതിന്നു തന്നെ വീണ്ടുംവീണ്ടുമാവശ്യപ്പെടുന്നവരോട് ഞാനെന്തുപറയാൻ. സന്ന്യാസി വിശദീകരിക്കാനെന്ന പോലെ സ്വയം പറഞ്ഞു.

എന്നും എവിടെ നിന്നോ ഉള്ള മണിനാദം കേട്ടുകൊണ്ട് താഴ്വാരമുണർന്നു. താഴ്വാരം ചെവിയോർക്കുന്നു. എവിടെ നിന്നാണ്? ആ മണി

യൊച്ച കുളിർമഴ പോലെ തോന്നുന്നു. താഴ്വാരം അതിന്നു വേണ്ടി പിട യുന്നു.

എവിടെ? എവിടെ?

എന്നിട്ട് കണ്ടെത്തിയോ? പുഴു തുടർന്നു ചോദിച്ചു.

ഇല്ല. അതസാദ്ധ്യം. കുളിർമഴയായി തോന്നിയ ആ മണിയൊച്ച തന്നെ തീക്കാറ്റായി മാറുന്നു. ചീറിയടിക്കുന്നു. തലയ്ക്ക് ചുറ്റും തപശ്ശക്തി നഷ്ട പ്പെട്ട മൂകത.

എന്നിട്ട്? ഉത്തരം കിട്ടാതായപ്പോൾ പുഴു സന്ന്യാസി നിന്നേടത്തേയ്ക്ക് കണ്ണുതുറന്നു. അവിടെ സന്ന്യാസിയില്ലായിരുന്നു. എന്നിട്ട്...? പുഴു സ്വയം ചോദിച്ചു. പുഴുവിന്ന് ചുറ്റും പ്രഭാതമിരുണ്ടു. പിന്നെ പുഴു കണ്ണടച്ച് വീണ്ടു മുരുവിട്ടു. ഓം ശാന്തി.... ശാന്തി... ശാന്തി.

●

# കോട്ട

**അ**ടഞ്ഞ കോട്ടവാതിലിനു മുമ്പിൽ അയാൾ സംശയിച്ചു നിന്നു. വിസ്മൃതിയുടെ പടലപോലെ കരിങ്കൽ ഭിത്തിയിൽ പറ്റിനിൽക്കുന്ന കറുത്ത പൂപ്പൽ. അയാളുടെ കണ്ണുകൾ ഭിത്തിയിലെ ശില്പങ്ങളിലലഞ്ഞു. അജ്ഞേയ ഭാഷയിൽ കൊത്തിവെച്ച ശിലാലിഖിതങ്ങൾ അയാളിൽ അസ്വസ്ഥതയുടെ പുളപ്പായി.

എങ്ങനെ ഇവിടെയെത്തി?

ചിത്രഭിത്തികൾ പഴങ്കഥകൾ നുണയുന്ന ഈ ഏകാന്തതയുടെ തുരുത്തിൽ?

അയാൾ ആരോടെന്നില്ലാതെ ചോദിച്ചു:

എന്തു തേടിയാണിവിടെ വന്നത്?

കോട്ടയുടെ കരിങ്കൽഭിത്തികളിൽ അയാളുടെ ശബ്ദം പ്രതിധ്വനിച്ചു.

ചോദ്യങ്ങൾ പൂർണ്ണങ്ങളാവുന്നത് ഉത്തരം കണ്ടെത്താനാവുമ്പോൾ മാത്രമാണ്. ആരാണങ്ങനെ പറഞ്ഞത്? ഒരുപക്ഷേ, മനസ്സിന്റെ ആഴങ്ങളിൽ പറ്റിപ്പിടിച്ചുനിൽക്കുന്ന ഒരു ബിന്ദുവാകാമത്.

അതേ. ഉത്തരം കണ്ടെത്താനാണ് ഞാനിവിടെ വന്നത്. അയാൾ സ്വയം സമാധാനപ്പെടുത്തി.

അയാൾക്കു പിന്നിൽ നീലമലയുടെ നിര. നീലമലയുടെ ശിഖരത്തിൽ ഒറ്റപ്പെട്ടുകിടക്കുന്ന ദൈവപ്പുര. ദൈവപ്പുരയുടെ അകത്തളത്തിൽ നിശ്ശബ്ദമുറങ്ങുന്ന ദേവപ്രതിമ. പ്രതിമയുടെ മുഖത്തു നിസ്സംഗതയുടെ താളം. ദൈവപ്പുരയിലെ ഉടുക്കുപാട്ടിന്റെ ധ്വനി അയാളുടെ കാതുകളിൽ പ്രത്യാശയുടെ മുഴക്കമായി. കോട്ടയുടെ കവാടം തുറക്കുന്നതും കാത്ത് അയാൾ ആകാംക്ഷയോടെ നിന്നു.

"ആരാത്?"

ശബ്ദം കേട്ട് അയാൾ ഞെട്ടിത്തിരിഞ്ഞു നിന്നു.

അയാൾ ചുറ്റും നോക്കി. അവിടെയെങ്ങും ആരെയും കാണാനയാൾക്കു കഴിഞ്ഞില്ല. സ്തബ്ധനായി നിൽക്കെ വീണ്ടുമതേ ശബ്ദം: "ആരാണെന്ന്?"

എന്തു പറയണമെന്നറിയാതെ അയാൾ പരുങ്ങി. ആരുടെ ശബ്ദമാണിത്? എവിടെ നിന്നാണീ ശബ്ദം വരുന്നത്? അയാളിൽ സംശയത്തിന്റെ ചിലന്തിക്കണ്ണുകൾ വിടർന്നു. ഭീതി തീക്കനലായുള്ളിൽ നീറവെ വീണ്ടും അതേ ശബ്ദം. സ്വരം കൂടുതൽ കർക്കശമായിരുന്നു അപ്പോൾ:

"പേരില്ലേ?"

അയാൾ വെപ്രാളത്തിനിടയിൽ പെട്ടെന്ന് പറഞ്ഞു:

"ഞാൻ."

"പേരാണ് ചോദിച്ചത്."

ശബ്ദത്തിൽ രോഷം ജ്വലിച്ചു നിന്നിരുന്നു.

പേർ?

അയാൾ വിസ്മൃതിയുടെ കയങ്ങളിൽ മുങ്ങിത്തപ്പി. എത്ര ശ്രമിച്ചിട്ടും അയാൾക്ക് സ്വന്തം പേരോർക്കാൻ കഴിഞ്ഞില്ല.

"പേരില്ലേ?" ശബ്ദത്തിൽ ഉൽക്കണ്ഠ കത്തിനിൽക്കുന്നതായി അയാൾക്കു തോന്നി. എന്തുപറയും? അയാൾ ഒരു നിമിഷം ആലോചിച്ചു നിന്നു. പിന്നെ പെട്ടെന്ന് പറഞ്ഞു: "മനുഷ്യൻ."

സ്തബ്ധനായി അയാൾ നിൽക്കെ കോട്ടയുടെ കരിങ്കൽ ഭിത്തി ഒരു ഭീകരശബ്ദത്തോടെ ഞരങ്ങി നീങ്ങി. ഭിത്തിയുടെ ഞരക്കം അയാളിൽ നടുക്കമുണ്ടാക്കി. ഉത്സുകതയുടെ ഇലഞ്ഞി ചുറ്റും പൂക്കവെ, ഇലഞ്ഞിയുടെ സുഗന്ധം കാറ്റിൽ ലയിക്കവെ, കൈയിൽ കത്തിച്ച റാന്തലുമായി വൃദ്ധൻ മുന്നിൽ. പാറപോലെ, ശൂന്യമായ കഷണ്ടിത്തല. നെറ്റിയിൽ ആഴമുള്ള വരകൾ. കണ്ണുകളിൽ അഗ്നിയുടെ തിളക്കം.

ഈ കത്തിച്ച റാന്തലെന്തിനാണിപ്പഴേ. നേരം ശരിക്കിരുട്ടിയിട്ടില്ലല്ലോ. അയാളിൽ അജ്ഞതയുടെ തമസ്സ് ഇരുണ്ടു.

ഒന്നും മനസ്സിലാക്കാനാവാതെ അയാൾ നിൽക്കെ വൃദ്ധൻ റാന്തലുയർത്തി അയാളുടെ മുഖത്തോടടുപ്പിച്ച് എന്തോ തിരയുന്നപോലെ നോക്കി.

എന്താണിയാൾ നോക്കുന്നത്?

അയാളുടെ തൊണ്ടയിൽ വാക്കുകൾ കുടുങ്ങിക്കിടന്നു. ഭീതി ഉഷ്ണജലമായി അയാളുടെ രോമകൂപങ്ങളിലൂടെ പുറത്തേയ്ക്കൊഴുകി.

പെട്ടെന്ന് വൃദ്ധൻ റാന്തൽ താഴ്ത്തി അയാളോടായി ചോദിച്ചു:

"ആരെത്തേടിയാണ് നിങ്ങളിവിടെ വന്നത്?"

പെട്ടെന്ന് ഉത്തേജിതനായിട്ടെന്നപോലെ അയാൾ പറഞ്ഞു:

"സത്യംതേടി."

"സത്യം തേടിയോ?" വൃദ്ധന്റെ ചുണ്ടുകളിൽ പരിഹാസത്തിന്റെ ചിരി.

"അതേ."

അപ്പോൾ വൃദ്ധൻ ഉറക്കെ പൊട്ടിച്ചിരിച്ചു. ചിരി കോട്ടയുടെ ഭിത്തികളിൽ മാറ്റൊലിക്കൊണ്ടു. വൃദ്ധന്റെ ചിരി അഗ്നിശരംപോലെ അയാളിൽ അസ്വസ്ഥതയുണ്ടാക്കി.

അയാൾ വൃദ്ധനിൽ നിന്നു കണ്ണു പറിച്ചു നീലമലയെ നോക്കി. നീലമലയുടെ സ്ഥാനത്തു കോട്ടയുടെ ഭിത്തികൾ പർവതാകാരം പൂണ്ടു വളരുന്നത് കണ്ട് അയാൾ ഞെട്ടി. കഴുകച്ചിറകുകൾപോലെ ചുറ്റും പൊതിയുന്ന ഇരുട്ടിൽ കണ്ണുമിഴിച്ച് അയാൾ നിന്നു.

കോട്ടയുടെ ഭിത്തികളിൽ വൃദ്ധന്റെ ചിരി മുഴങ്ങിക്കൊണ്ടിരുന്നു. അയാളുടെ തലയ്ക്കു മുകളിൽ ഒരഗ്നിനക്ഷത്രം അസാധാരണശോഭയോടെ തിളങ്ങി നിന്നിരുന്നു.

●

# കഥ

**നാ**ലുവരിയിലുള്ള കഥ വായിക്കാൻ എനിക്കു താത്പര്യമില്ല. അയാൾ പറയുന്നു.

പക്ഷേ, നാലുവരിയിൽ ഒരു ലോകം മുഴുവൻ ഒതുങ്ങി നിൽക്കുന്നു വെങ്കിലോ?

●

# വെളിപാട്

'മുന്നോട്ട്, മുന്നോട്ട് പാന്ഥാ-'

ഒരശരീരി. അകത്ത് ഒരു മുഴക്കം.

ചുറ്റും ഇരുട്ട് മുടിഅഴിച്ചിട്ട് ആടുന്നു.

'ഞാൻ ഒന്നും കാണുന്നില്ലല്ലോ ഗുരോ?'

ജടയായ മുടി കൈ ചേർത്തുഴിഞ്ഞും കാറ്റിൽ പാറുന്ന താടി തടവിയും തെല്ലിട നിന്നിട്ട് ഗുരു എന്നെ നോക്കി. ഗുരുവിന്റെ കണ്ണുകൾ കത്തുന്നു.

'കണക്ക് പൂർത്തിയാക്കൂ കുട്ടീ.'

തുരക്കുന്തോറും കനക്കുന്ന മല. എന്തൊരു പാരുഷ്യം! പിക്കാസിന്റെ വായ്ത്തല ഒടിയുന്നു.

കാറ്റ് തപിക്കുന്നു.

"എന്താണ് ഈ മലയ്ക്കപ്പുറത്ത്?" അകത്ത് ജിജ്ഞാസ പൂക്കുന്നു.

'എല്ലാം നിനക്കു കാണാനാവും.' ഗുരു പറയുന്നു.

ശിബിരങ്ങളിൽ കൊടുങ്കാറ്റിന്റെ ഝണൽക്കാരം.

ആലസ്യം പൊഴിഞ്ഞു വീഴുന്നു. ആഞ്ഞാഞ്ഞുവെട്ടുന്നു. പാറക്കെട്ടുകളിൽ ചോര പൊടിയുന്നു.

മുന്നിൽ വാപിളർന്നു നിൽക്കുന്ന മാമല.

കൊത്താനൂന്നുന്ന പക്ഷിപോലെ പറന്നുപൊന്തുന്ന പിക്കാസ്.

-പക്ഷേ, പരിണാമം....

●

# ശാപം

'**നി**ങ്ങൾ അവനെ വണങ്ങുക' ദൈവം പറഞ്ഞു.

ഇബ്‌ലീസിന്റെ കണ്ണുകൾ തുടുത്തു.

'സാദ്ധ്യമല്ല.' കൊടുങ്കാറ്റിന്റെ കരുത്ത് ആവാഹിച്ചെടുത്തുകൊണ്ട് അവൻ പറഞ്ഞു: 'ചൈതന്യത്തിന്റെ അഗ്നി വെറും മണ്ണിനെ വണങ്ങുകയോ?'

'നിനക്കു ശാപം' ദൈവത്തിന്റെ കണ്ണുകളിൽ കോപത്തിന്റെ ജ്വാല. 'ശാന്തിയുടെ ഈ താഴ്‌വരയിൽ നിനക്കിനി സ്ഥാനമില്ല. പൊള്ളുന്ന വഴിയോരങ്ങളിൽ ഗതിയേതുമില്ലാതെ നീ അലയും.'

'നിന്റെ വെല്ലുവിളി ഞാൻ സ്വീകരിക്കുന്നു.' ഇബ്‌ലീസിന്റെ കണ്ണുകളിൽ അഗ്നി പുളയുന്നു. 'അത് നിന്റെ പ്രിയപ്പെട്ട സൃഷ്ടികളിലേയ്ക്ക് തിരിച്ചു വിടുന്നത് കണ്ടോളൂ. വഴികളുടെ ഇരുട്ടായി, കരകയറാനാവാത്ത കയങ്ങളിൽ വലിച്ചിഴയ്ക്കുന്ന ശക്തിയായി ഞാൻ എന്നും ഉണ്ടാവും.'

●

# യാത്ര

**വി**ജനമായ മണൽപ്പരപ്പ്, വിസ്താരമേറിയ ശൂന്യത. ഒരു കൈയിൽ യോഗദണ്ഡും മറുകൈയിൽ ജപമാലയുമായൊരു വൃദ്ധൻ. ജടപിടിച്ചിട തൂർന്ന മുടി. സൂര്യൻ കത്തിനിൽക്കുന്ന മിഴികൾ. കാറ്റിൽ പറക്കുന്ന വെൺമേഘം പോലെ വെളുത്തു നീണ്ടതാടി.

'എങ്ങോട്ടാണ്?' ഇരുളിന്റെ ഗുഹാമുഖങ്ങളിൽ നിന്ന് എന്റെ ചോദ്യം.

മൗനവല്മീകത്തിൽ തെല്ലിട നിന്നിട്ടൊടുവിൽ വൃദ്ധന്റെ മറുപടി: 'അറിയില്ലാ.'

അയാളുടെ വാക്കുകൾ ആകാശത്തകിടുകളിൽ തട്ടി പ്രതിദ്ധ്വനിച്ചു: 'അത് പലപാട് ഞാൻ സ്വയം ചോദിച്ചതാണ് കുട്ടി.'

'എന്തിന്?' വൃദ്ധൻ തുടർന്നു: 'അമേയമായ പാരാവാരപ്പരപ്പിൽ ചെറുവിരൽമുക്കി നുണയുന്നവനെങ്ങനെ ദാഹം ശമിക്കാനാണ്?'

മൗനത്തിന് കട്ടികൂടുന്നു. ഏതോ സങ്കീർത്തനമുരുവിടുന്ന കാറ്റ്.

ആഴിപ്പരപ്പിനു മുകളിൽ പൂത്തുനിൽക്കുന്ന കാറ്റിന്റെ ചില്ലകൾ. ജ്വാലമാലകളിൽ തപിച്ച്, പരകോടി സൂര്യന്മാർ ജ്വലിച്ചു നിൽക്കുന്ന ആകാശം. ആകാശത്തിൽ മിഴികൾ നട്ടുകൊണ്ട്, ഏതോ പ്രേരണ കൊണ്ടെന്നവണ്ണം എങ്ങോട്ടെന്നില്ലാതെ നടന്നുനീങ്ങുന്ന ഞാൻ.

●

# നുറുങ്ങുകൾ

## 1. സമന്വയം

സൂര്യൻ പറഞ്ഞു: 'നിങ്ങളുടെ സിരകളുടെ ഊർജ്ജമാണ് ഞാൻ. എല്ലാ ഹവ്യങ്ങളും എനിക്കാവട്ടെ.'

'ഉത്പത്തിക്ക് നിദാനം ഞാനാണ്. ബുഭുക്ഷയുടെ ഹനന ഹേതുവും' ജലം തർക്കിച്ചു.

'നുണ' അഗ്നി എതിർത്തു. 'ഞാനാണ് ഹേതു. ഹവിസ്സിന്നവകാശി ഞാൻ.'

'ഞാനാണ് സത്യം' പുരുഷൻ പറയുന്നു. 'ജ്ഞാതാവാണ് ഞാൻ. ജ്ഞാതാവും ജ്ഞേയവും ഞാൻ തന്നെ.'

അപ്പോൾ സൂര്യനും ജലവും അഗ്നിയും പുരുഷനിൽ ലയിച്ചു.

## 2. നുണ

ഓരോ ജീനിയസ്സിന്റെ വളർച്ചയ്ക്കുപിന്നിലും ഒരു സ്ത്രീയുണ്ട്. അവർ പറയുന്നു:

ദൈവമേ - എന്തൊരു നുണയാണവർ പറയുന്നത്? എന്റെ തളർച്ചയ്ക്കു പിന്നിലുള്ളതും ഒരു സ്ത്രീയാണല്ലോ.

## 3. കമ്പ്യൂട്ടർ

'നിന്റെ തലച്ചോർ എനിക്ക് തരൂ' അവൻ പറഞ്ഞു.

ഞാൻ സന്തോഷത്തോടെ എന്റെ തലച്ചോർ പിഴുതെടുത്ത് അവന് കൊടുത്തു.

'നിനക്ക് സമാധാനം' അവൻ പറഞ്ഞു: 'ഇനി നീ വിശ്രമിക്കുക. നിന്റെ കർമ്മങ്ങൾ എനിക്ക് തരിക.'

എനിക്ക് അളവറ്റ ആഹ്ലാദം. എന്റെ കർമ്മങ്ങൾ ഞാൻ അവനെ ഏല്പിച്ചു.

**പക്ഷേ,**

ഞാൻ വെറുമൊരു മാംസപിണ്ഡമായി മാറിപ്പോയത് അറിയാനുള്ള പ്രാപ്തിപോലും എനിക്ക് നഷ്ടപ്പെട്ടുകഴിഞ്ഞിരുന്നു.

●

# നഗരാധിപനും നേതാവും

**ഒ**ടുവിൽ, നഗരാധിപനെക്കണ്ട് പരാതിപ്പെടാൻ ഞങ്ങളുറച്ചു. ഞങ്ങളുടെ ദിനരാത്രങ്ങൾ ദുസ്സഹമാവാൻ തുടങ്ങിയിട്ട് നാളെത്രയായി? ഇനിയും അതിനൊരറുതി വരാതിരുന്നാൽ–

ദൈവമേ–

ഉറക്കം കനംതൂങ്ങുന്ന കൺപോളകൾ ആയാസപ്പെട്ടു തുറന്നുകൊണ്ട് നേതാവ് ചോദിച്ചു.

'അതു വേണോ?'

'വേണം'

'നമുക്ക് മനുഷ്യശരീരത്താൽ ഒരു പ്രതിരോധ ദുർഗ്ഗം തീർത്താൽ പോരേ?'

'പോര' ഞങ്ങൾ തറപ്പിച്ചുപറഞ്ഞു.

ഒരിക്കൽപോലും തന്നെ ധിക്കരിച്ചിട്ടില്ലാത്ത നഗരവാസികളുടെ ഭാവമാറ്റം ശ്രദ്ധിച്ചിട്ടാവണം നേതാവ് പിന്നെ മറുത്തൊരക്ഷരമുരിയാടിയില്ല.

അകത്ത് സംഭ്രമത്തിന്റെ തീ ആളിപ്പടരുമ്പോൾ എങ്ങനെ അടങ്ങിയിരിക്കാനാവും?

നിദ്രാവിഹീനങ്ങളായ എത്രയെത്ര രാവുകൾ! പകൽ സമയങ്ങളിൽപ്പോലും ഉൾക്കിടിലം വജ്രനഖങ്ങളാഴ്ത്തുന്നു.

കാലടിശബ്ദം കേൾക്കുന്നോ–?

വാതിലിൽ മുട്ടുന്നോ–?

കുറുവടികളും കൊടുവാളുകളുമേന്തി പുലരുവോളം ഞങ്ങൾ കാത്തിരുന്നു. കട്ടൻ ചായ ഉണ്ടാക്കിക്കുടിച്ചും തുരുതുരെ ബീഡിവലിച്ചും കൺപോളകളിൽ ഉമ്മവെച്ച നിദ്രയെ ആട്ടിപ്പായിച്ചു. എന്നിട്ടും കള്ളന്മാർ

നഗരത്തിൽ സ്വഛന്ദം വിഹരിക്കുന്നു! രാത്രിയുടെ അന്ത്യയാമങ്ങളിലെപ്പൊഴോ ഇരുന്നേടത്തുതന്നെ വീണുറങ്ങിപ്പോയ ഞങ്ങൾ പുതിയപുതിയ വാർത്തകളിലേയ്ക്ക് ഉണരുന്നു.

- മനയ്ക്കലെ കുഞ്ഞാത്തുമ്മയുടെ കാത് രണ്ടും അരിഞ്ഞെടുത്ത് കള്ളന്മാർ കടന്നു - ശ്രീനിലയം ജ്വല്ലറിയിൽ നിന്ന് അറുപതിനായിരം ഉറുപ്പികയും നൂറ്റിയമ്പത് പവന്റെ ആഭരണങ്ങളുംപോയി - ടി. പി. ഹാജിയുടെ വീട്ടിൽ നിന്ന് ഇരുപതിനായിരം ഉറുപ്പികയും തൊണ്ണൂറു പവന്റെ പണ്ടവും കൊണ്ടുപോയി. - ഗിരീശ്വരാബാങ്ക് കുത്തിത്തുറന്ന് രണ്ടുലക്ഷത്തിൽപരം രൂപ-

പട്ടിക നീണ്ടുപോയി. അതിനു പുറമെ പുറത്തു പറയാനറയ്ക്കുന്ന മാനഹാനിയുടെ ഒരുപാടു കഥകൾ-

ഞങ്ങളുടെ ജീവനും സ്വത്തിനും യാതൊരു രക്ഷയുമില്ലെന്ന് വന്നാൽ-?

മൂടിക്കെട്ടിയ ആകാശം. മേഘപാളികളിൽ മുഖംപൂഴ്ത്തിയ സൂര്യൻ. ഇളകാൻ അറച്ചുനിൽക്കുന്ന ഇലത്തലപ്പുകൾ.

ഒരു പ്രതിഷേധ ജാഥയുടെ കരുത്ത്.

നഗരവാസികളെ ഒന്നടങ്കം മുന്നിൽകണ്ട നഗരാധിപൻ ആദ്യം ഒന്നു പകച്ചു. പിന്നെ സ്വതസിദ്ധമായ തെളിഞ്ഞ പുഞ്ചിരി സമ്മാനിച്ചുകൊണ്ട് ചോദിച്ചു:

'എന്താ എല്ലാവരും കൂടി ഒന്നിച്ച്-?'

ഞങ്ങൾ എല്ലാ കാര്യങ്ങളും വിശദമായി നഗരാധിപനെ ധരിപ്പിച്ചു. അയാളുടെ മുഖം ഇരുണ്ടു. നെറ്റി ചുളിഞ്ഞു.

അല്പനേരം ചിന്താമഗ്നനായി ഇരുന്നതിനുശേഷം അയാൾ ഫോണെടുത്ത് ഡയൽ ചെയ്തു.

'കള്ളന്മാരുടെ ശല്യംകൊണ്ട് നഗരം പൊറുതിമുട്ടിയിരിക്കുന്നു. ഉടൻ വേണ്ട കരുതൽ നടപടികൾ സ്വീകരിക്കുക.' സ്വരത്തിൽ ആജ്ഞയുടെ ദാർഢ്യം.

'മേലിൽ ശല്യമുണ്ടാവാതെ ഞാൻ നോക്കിക്കൊള്ളാം.' റിസീവർ ക്രെഡിലിൽ വച്ചുകൊണ്ട് നഗരാധിപൻ പറഞ്ഞു: 'ഞാൻ പോലീസ് മേധാവിയെ വിളിച്ചുപറഞ്ഞിട്ടുണ്ട്. നിങ്ങൾ സമാധാനമായി പൊയ്ക്കൊള്ളൂ.'

ഞങ്ങളുടെ അകത്ത് കുളിർമഴ. നേതാവിന്റെ ചുണ്ടിൽ ഒരു പരിഹാസച്ചിരി മിന്നിമറഞ്ഞുവോ അപ്പോൾ?

നഗരത്തിൽ ഉയർന്ന ഉദ്യോഗസ്ഥന്മാർ അടക്കമുള്ള പോലീസ് സേന റോന്തു ചുറ്റുന്ന കാഴ്ചകണ്ട് മനസ്സമാധാനത്തോടെ ഞങ്ങൾ കതകടച്ചു.

ഹൃദയഭേദകമായ വാർത്തകളുമായാണ് പ്രഭാതം ഞങ്ങളുടെ കണ്ണുകളിൽ മുത്തമിട്ടുണർത്തിയത്.

- കള്ളന്മാരെ അമർച്ച ചെയ്യാൻ നിയുക്തരായ ഉദ്യോഗസ്ഥന്മാരെ ഒന്നടങ്കം കള്ളന്മാർ വധിച്ചിരിക്കുന്നു! മാത്രമല്ല. കൂടുതൽ ഇടങ്ങളിൽ കളവ് നടക്കുകയും ചെയ്തിരിക്കുന്നു.

അത് തുടരെ ആവർത്തിക്കപ്പെട്ടപ്പോൾ ഞങ്ങൾക്ക് നിൽക്കപ്പൊറുതി ഇല്ലാതായി. ഇങ്ങനെ പോയാൽ നഗരത്തിന്റെ സ്ഥിതി എന്താവും? ഞങ്ങളെ സംരക്ഷിക്കാൻ ആരുമില്ലാതായിപ്പോവുമല്ലോ ദൈവമേ-

അകം നീറി.

വീണ്ടും ഞങ്ങൾ കൂടിയാലോചിച്ചു. നഗരാധിപനെ കണ്ട് കാര്യങ്ങളെല്ലാം വിശദീകരിച്ചു.

'നഗരത്തിൽ കൂടുതൽ പോലീസ് സേനയെ ഇറക്കാനുള്ള ഏർപ്പാട് ചെയ്യുന്നുണ്ട്.' നഗരാധിപൻ പറഞ്ഞു: 'വേണ്ടിവന്നാൽ നമുക്ക് പട്ടാളത്തെ തന്നെ വിളിക്കാം.'

വീർത്തുവരുന്ന തന്റെ കുടവയർ തടവിക്കൊണ്ടുനിന്ന നേതാവിന്റെ ചുണ്ടിൽ ഗൂഢമായ ഒരു ചിരി കളിയാടിയിരുന്നു. അയാളുടെ സിൽക്കു കുപ്പായം ഇളംവെയിലിൽ ഓളംവെട്ടുന്നു.

പോലീസ് കൂട്ടംകൂട്ടമായി കവാത്തു നടത്തുന്നത് ഞങ്ങൾ കണ്ടു. പോലീസ് വാനുകൾ തലങ്ങും വിലങ്ങും പായുന്നു. നഗരം ആയുധധാരികളായ പോലീസുകാരെക്കൊണ്ട് നിറഞ്ഞു.

കള്ളന്മാരുടെ പൊടിപോലും ഇനി ഈ നഗരത്തിൽ ഉണ്ടാവുകയില്ലെന്ന് ഞങ്ങൾ മനസ്സിൽ കണക്കുക്കൂട്ടി. എന്നാൽ സംഭവിച്ചത് മറിച്ചാണ്. കള്ളന്മാരുടെ ശല്യം ദിനേന ഏറിവന്നു. ഉദ്യോഗസ്ഥന്മാരുടെ എണ്ണം കൂടുന്നതിനനുസരിച്ച് കളവിന്റെ എണ്ണവും പെരുകുന്നു. ഉദ്യോഗസ്ഥന്മാർ തോക്കിനിരയാവുകയും ചെയ്യുന്നു!

എന്തൊരു ദുഃസ്ഥിതിയാണിത്?

എന്തൊരു മറിമായം-?

വീണ്ടും ഞങ്ങൾ നഗരാധിപന്റെ ആസ്ഥാനത്ത് ചെന്നു.

'ഇന്നുമുതൽ ഞാൻ സജീവമായി രംഗത്തിറങ്ങാൻ പോവുകയാണ്.' നഗരാധിപൻ പറഞ്ഞു: 'ഇരുപത്തിനാലു മണിക്കൂറിനകം കള്ളന്മാരെ മുഴുവൻ അമർച്ച ചെയ്യുന്നതാണെന്ന് ഞാൻ നിങ്ങൾക്ക് വാക്കുതരുന്നു.'

നഗരാധിപൻ സ്ഥാനചിഹ്നങ്ങളണിഞ്ഞ്, ആയുധധാരിയായി നഗരവീഥികളിൽ കാവൽനിൽക്കുന്ന ഉദ്യോഗസ്ഥന്മാർക്ക് നിർദ്ദേശങ്ങൾ കൊടുത്ത് ഓടി നടക്കുന്ന കാഴ്ച കണ്ട് ഞങ്ങളുടെ അകം കുളിർത്തു.

ദാരുണമായ വാർത്തകേട്ടാണ് പിറ്റേന്ന് ഞങ്ങൾ ഞെട്ടിയുണർന്നത്. നഗരാധിപനെ കള്ളന്മാർ വെടിവെച്ചു വീഴ്ത്തിയിരിക്കുന്നു!

നഗരാധിപന്റെ മാറത്ത് നാൽപ്പത്തി മൂന്ന് വെടിയുണ്ടകൾ തുളഞ്ഞുകയറിയിരിക്കുന്നു. ചോരയിൽ കുതിർന്ന ഉടയാടകൾ ദേഹത്ത് ഒട്ടിനിൽക്കുന്നു. നെറ്റിയിൽ ഏറ്റ മുറിവിൽ നിന്ന് ഒലിച്ചിറങ്ങിയ ചോര കൺതടങ്ങളിൽ കട്ടപിടിച്ചുനിൽക്കുന്നു. ശവത്തിനു മുകളിൽ മണിയനീച്ചകൾ മൂളിപ്പറക്കുന്നു. ചുറ്റും എറുമ്പുകൾ ചാലിടുന്നു. നഗരാധിപന്റെ മരവിച്ച ജഡം ഞങ്ങൾ നിറകണ്ണുകളാലെ നോക്കി നിന്നു. ഗദ്ഗദത്താൽ ഞങ്ങൾക്ക് ഒരക്ഷരം ഉരിയാടാനായില്ല.

സ്ഥാനബഹുമതികളോടെ ഞങ്ങൾ മൃതശരീരം സംസ്കരിച്ചു.

ആ സംഭവത്തിനുശേഷം നഗരത്തിൽ ഒരൊറ്റ കളവുപോലും നടന്നിട്ടില്ല. അതിൽ പിന്നെ ഒരിക്കൽപോലും നേതാവിനെ ഞങ്ങൾ കണ്ടിട്ടുമില്ല.

●

# സംശയം

**സു**ബൈർ തിരിച്ചു പോക്കിന്റെ തിരക്കിലാണ്.

ഭാര്യയുടെ ഭാവമാറ്റം അയാളെ അദ്ഭുതപ്പെടുത്തി. അവൾ പതിവില്ലാത്തവിധം ആഹ്ലാദം പ്രകടിപ്പിക്കുന്നു. ഉത്സാഹത്തിമർപ്പോടെ ഓടി നടക്കുന്നു. സദാ ചുണ്ടിൽ മൂളിപ്പാട്ട് തത്തിക്കളിക്കുന്നു.

എല്ലാവരെയും പിരിഞ്ഞു പോകുന്നതിന്റെ വ്യഥ സുബൈറിന്റെ അകതാരിൽ അലയടിക്കുകയാണ്.

താൻ വന്നുകയറിയ ദിവസം ഭാര്യയുടെ മുഖത്ത് നിന്ന് പ്രകാശം പൊലിഞ്ഞു പോയതും അവളെ ഒരുതരം വിഭ്രാന്തമായ മൂകത പിടികൂടിയതും സുബൈർ ഓർത്തു. ഉണർവ്വുകെട്ട കുറേ നാളുകൾ....

'എന്താണ് നിനക്കിത്ര സന്തോഷം?'

'ഏയ്, ഒന്നുമില്ല.'

'പിന്നെ...?'

'നാളെ നിങ്ങൾ ഖത്തറിലേക്ക് പോവുകയല്ലേ?'

'അതിന്....?'

'എന്റെ ഇരുണ്ട മുഖം കണ്ടാവണ്ട നിങ്ങളുടെ പോക്ക്.'

'അത് ശരി.'

ഒരു സംശയം സുബൈറിന്റെ മനസ്സിൽ അപ്പോൾ നുരച്ചു പൊന്തി. അടുത്തവീട്ടിലെ ചെറുപ്പക്കാരൻ അക്ഷമയോടെ ഇങ്ങോട്ടുതന്നെ നോക്കി നിൽക്കുന്നുണ്ടോ?

●

# വഴിയോരക്കാഴ്ചകൾ

**കാ**രുണ്യരഹിതമായ ചലനവേഗത ആവാഹിച്ചുകൊണ്ട് വണ്ടി കുതിക്കുകയാണ്. ചവറ്റുകൂനയ്ക്കരികിൽ അമ്മ ഉപേക്ഷിച്ചുപോയ ചോര ക്കുഞ്ഞിന്റെ കരച്ചിൽ വറ്റിപ്പോവുന്നു. കാലത്തിന്റെ ദയാരാഹിത്യം ഏറ്റു വാങ്ങിയ കുരുന്ന് ശരീരത്തിൽ ഉറുമ്പുകൾ ചാലിടുന്നു.

മുകളിൽ കഴുകക്കൂട്ടങ്ങൾ വട്ടമിട്ടു പറക്കുന്നു.

കന്യകാത്വം പിച്ചിച്ചീന്തപ്പെട്ട ബാലികയുടെ തേങ്ങൽ അലയടിക്കുന്നു.

പിടിച്ചുപറിക്കാരുടെ ആക്രോശങ്ങൾ.

മാനഭംഗം ചെയ്യപ്പെടുന്ന യുവതിയുടെ നഗ്നത വീഡിയോ ചിത്രങ്ങ ളിൽ ഹരം പകരുന്നു.

ബോംബ് സ്ഫോടനത്തിൽ ചിതറിപ്പോയ യുവാവിന്റെ ഉടൽ തെരുവ് നായ്ക്കൾ കടിച്ചുപറിക്കുന്നു. രാഷ്ട്രീയക്കാർ രക്തസാക്ഷിത്വത്തിന്റെ അവകാശത്തിനു വേണ്ടി തർക്കിക്കുകയാണ്. അന്തരീക്ഷത്തിൽ നിറ ഞ്ഞുനിൽക്കുന്ന വെടിപ്പുക. വെടിമരുന്നിന്റെ ഗന്ധം നാസാരന്ധ്രങ്ങളിൽ തുളഞ്ഞുകയറുന്നു.

ആണവ ബോംബുകൾ ചീറിപ്പായുന്നു. വിസ്ഫോടനത്തിൽ ചിതറി പ്പോയ ജീവിതങ്ങളുടെ ഞരക്കം. നിരപരാധിയുടെ മാറിലൂടെ പാറ്റൻ ടാങ്കുകൾ കയറിയിറങ്ങുന്നു. അനാഥമാക്കപ്പെട്ട ബാല്യത്തിന്റെ തേങ്ങ ലുകൾ.

വിധവയുടെ മാറിൽ ഞെരിപ്പോട് നീറുന്നു.

ചെയ്യാത്ത കുറ്റം ആരോപിച്ച് ജയിലിലടയ്ക്കപ്പെട്ട യുവാക്കളുടെ വിച്ഛേ ദിക്കപ്പെട്ട അവയവങ്ങൾ തെരുവിൽ ചിതറിക്കിടക്കുന്നു. ബയണറ്റുകൾ തുളഞ്ഞു കയറിയ അവരുടെ കണ്ണുകളിൽ നിന്ന് ഒലിച്ചിറങ്ങിയ ചോര ച്ചാലുകളിലൂടെ ശവവണ്ടികൾ കുതിച്ചുപായുന്നു.

അക്രമിയായ മകൻ ചവിട്ടിക്കലക്കിയ പെറ്റമ്മയുടെ ഗർഭപാത്രം ഓടയിൽ വീണു കിടക്കുന്നു.

സന്ന്യാസത്തിന്റെ ശ്രേഷ്ഠകാവിയിൽ തോന്ന്യാസത്തിന്റെ മാലിന്യം വാരിപ്പൂശാൻ യത്നിക്കുന്നവരുടെ അട്ടഹാസം.

കഴുകക്കണ്ണുകൾ ജ്വലിക്കുന്നു.

വിധവയുടെ നെഞ്ചിൽ തീ ആളിപ്പിടിക്കുന്നു.

അഹിംസാദൂതന്റെ കല്ലറയിൽ അശാന്തമായ കാറ്റ് അടിച്ചു തിമിർക്കുന്നു.

ഷണ്ഡത്വം ബാധിച്ച പുരുഷന്മാർ വരിയുടച്ച കാളക്കൂറ്റന്മാരെപ്പോലെ കാഴ്ചകളിൽ രസിച്ച് തെരുവോരത്തുകൂടെ ശാന്തരായി നടന്നുനീങ്ങുന്നു.

വണ്ടി അതിവേഗം ഓടുകയാണ്.

●

# അമ്പലം

**പു**ണ്യപുരുഷന്റെ കണ്ണുകളിൽ രോഷം ജ്വലിക്കുന്നു. അദ്ദേഹം ആരായുന്നു, എന്തിനാണീ പേക്കൂത്തുകൾ?

'എന്തുപറ്റി പ്രഭോ?'

ഞങ്ങളുടെ അകത്ത് ആശങ്ക കനക്കുന്നു.

അപ്പോൾ പുണ്യപുരുഷന്റെ തിരുമൊഴി: 'നിങ്ങളുടെ മനസ്സിലെ വിശുദ്ധിയുടെ അമ്പലങ്ങൾ പൊളിച്ചുമാറ്റിയിട്ട് എനിക്കെന്തിന് ഈ കുരുതിക്കളങ്ങളിലെ കല്ലുംമരവുംകൊണ്ടുള്ള ഒരമ്പലം-'

●

# പുതിയ അമ്പലം

**മി**ടുക്കിന്റെ വികാസ ലക്ഷണങ്ങളോടെയാണ് പ്രകാശൻ ബാല്യത്തിന്റെ പടവുകൾ ചവിട്ടിത്തീർത്ത് യൗവനത്തിലേക്ക് കയറിയത്. പ്രക്ഷുബ്ധമായ ആക്രോശങ്ങൾ അവന്റെ ചര്യകളെ തകിടംമറിച്ചില്ല.

മകൻ സദാചാരനിഷ്ഠനായി വളരണമെന്ന് കണാരൻ വൈദ്യർക്ക് നിർബന്ധമുണ്ടായിരുന്നു. അതുകൊണ്ടാണല്ലോ പ്രകാശനെ നാലു നാഴിക അകലെയുള്ള ബോയ്സ് ഹൈസ്കൂളിൽത്തന്നെ ചേർത്തത്. മകനിൽ വ്യതിചലനത്തിന്റെ ലാഞ്ചനകൾ കണ്ടുതുടങ്ങുമ്പോൾത്തന്നെ ലളിതമായ ശാസനകളും ഉപദേശങ്ങളുംകൊണ്ട് അവനെ നിയതമായ ഊടുവഴികളിൽ കുരുക്കിനിർത്താൻ അയാൾ പ്രത്യേകം ശ്രദ്ധിച്ചു.

അടുത്തൊന്നും ആൺകുട്ടികൾക്ക് മാത്രമുള്ള കോളേജ് ഇല്ലാതിരുന്നത് കൊണ്ടാണ്, നേരിയ മനോവ്യഥയോടെ കണാരൻവൈദ്യർ മകനെ ആൺകുട്ടികളും പെൺകുട്ടികളും ഇടകലർന്ന് പഠിക്കുന്ന കോളേജിൽ ചേർത്തത്. എന്നിട്ടും അവൻ ഫസ്റ്റ് ക്ലാസോടെ എം.എ ജയിച്ചു. തന്റെ പ്രതീക്ഷയുടെ തലയറുത്തിടാതെയുള്ള മകന്റെ വളർച്ചയിൽ കണാരൻ വൈദ്യർ അകമെ ആനന്ദിച്ചു. അഭിമാനം അലകളുയർത്തി.

കോളേജ് വിട്ടതിനുശേഷമുള്ള പ്രകാശന്റെ ദിനങ്ങൾ വിഹ്വലമായതായി കണാരൻ വൈദ്യർക്കു തോന്നി. ഒന്നും ചെയ്യാനില്ലാത്തവന്റെ വിഭ്രാന്തി അവന്റെ പകലുകളെ വീടിന്റെ അകത്തളങ്ങളിൽ തളച്ചിട്ടു. ശ്രീകൃഷ്ണവിലാസം മരുന്ന് ഷാപ്പിൽ വന്നിരുന്ന് സഹായിക്കാനാവശ്യപ്പെടാമെന്ന് വെച്ചാൽ അരിഷ്ടങ്ങളുടെയും ആസവങ്ങളുടെയും ഗന്ധം പണ്ടേ അവന് പഥ്യവുമല്ല.

അങ്ങനെയിരിക്കെയാണ് പ്രകാശന്റെ ജീവിതത്തിൽ പ്രകടമായ ചില മാറ്റങ്ങൾ കണ്ടു തുടങ്ങിയത്.

അവൻ സദാ പ്രാർത്ഥനയിലും ജപങ്ങളിലും മുഴുകി. കണ്ണുകളിൽ മോഹനമായ ഒരു കിനാവ് വിരിഞ്ഞു നിൽക്കുന്നു. 'ദേവി ദേവി' എന്ന

മന്ത്രം സദാ നാവിൽ. പ്രഭാതവന്ദനങ്ങൾക്കുശേഷം പൂജാമുറി ചാരി പുറത്തിറങ്ങിയാൽ പിന്നെ തിരിച്ചു വരാൻ നന്നെ വൈകും.

'എവിടെ പോയിരുന്നു നീ?'

'അമ്പലത്തിൽ.'

കണാരൻ വൈദ്യർക്ക് അളവറ്റ ആഹ്ലാദം. മകനിൽ സൽബുദ്ധി നില നിർത്തുന്ന ദൈവത്തെ മനസാ നമിച്ചു.

പക്ഷേ, അടുത്തുള്ള അമ്പലങ്ങളിലൊന്നും പ്രകാശൻ ചെല്ലാറില്ലെന്നുള്ള വിവരം കണാരൻ വൈദ്യരുടെ കാതുകളിൽ ഇടിത്തീയായി.

പിന്നെ, പകലന്തിയോളം അവനെവിടെ പോവുന്നു? ക്ഷോഭം കലർന്ന ചോദ്യം കണാരൻ വൈദ്യരുടെ അകത്ത് മുട്ടിത്തിരിഞ്ഞു.

പിറ്റേന്ന്, പതിവുപോലെ പുറത്തിറങ്ങിയ പ്രകാശനെ അവനറിയാതെ വൈദ്യർ അനുഗമിച്ചു. അയാൾക്ക് സുപരിചിതമായ വഴികളിലൂടെ തന്നെയായിരുന്നു അവൻ പോയിക്കൊണ്ടിരുന്നത്.

കല്ലുനിരക്കുന്നുകളുടെ താഴ്വരയിൽ, വൃത്തിക്കമാവുകൾ കുടചൂടി നിൽക്കുന്ന ചരിവിൽ ഒറ്റപ്പെട്ടു നിൽക്കുന്ന ചെറ്റക്കുടിലിന് നേരെ അവൻ നടന്നടുക്കുന്നു! കുടിലിന്റെ മുറ്റത്ത് പാതിവിടർന്ന ഒരു മന്ദസ്മിതത്തോടെ അടുത്ത ഇരയെക്കാത്ത് നിൽക്കുന്ന ദേവി!

കാർമേഘങ്ങൾ വിങ്ങുന്നു. കാലടികളിൽ മുത്തമിടുന്ന ഹിമകണങ്ങൾ സൂര്യകിരണങ്ങളേറ്റ് തപിക്കുന്നു.

പരസ്പരം പുണർന്നുകൊണ്ട് പ്രകാശനും ദേവിയും കുടിലിനകത്തേക്ക് കയറിപ്പോകുന്നതും ചെറ്റയുടെ വാതിൽ ചേർന്നടയുന്നതും ഒരു ഞെട്ടലോടെ വൈദ്യർ കണ്ടു.

●

# സ്വഭാവ സർട്ടിഫിക്കറ്റ്

ഉച്ചസമയത്തിന്റെ നിശ്ശബ്ദതയിൽ പരിക്ഷേൽപ്പിക്കുന്ന കോളിംഗ് ബെല്ലിന്റെ മുഴക്കം. ആലസ്യത്തോടെ കതക് തുറന്നുവന്ന പ്രൊഫസറുടെ കൺകോണുകളിൽ കൂർത്തുനിൽക്കുന്ന ചോദ്യം:

'ആരാണ്?'

കോട്ടുവായ്ക്കിടയിൽ അക്ഷരങ്ങൾ ചതഞ്ഞു.

'മജീദ്' പരിചയത്തിന്റെ താളുകൾ വിടർത്തിയിടാനെന്നോണം ഞാൻ പറഞ്ഞു: 'ആനുകാലിക പ്രസിദ്ധീകരണങ്ങളിലൊക്കെ കഥകളെഴുതാറുള്ള...'

'ഓഹോ-' വാക്കുകൾ മുറിഞ്ഞു. 'ഇപ്പോൾ വന്ന കാര്യം?'

അപരിചിതത്വത്തിന്റെ പീളക്കെട്ട് ഉതിർന്നുവീണില്ലേ?

'നാളെ ഒരിന്റർവ്യു ഉണ്ട് സാർ. ഒരു ഗസറ്റഡ് ഓഫീസറിൽ നിന്നുള്ള സ്വഭാവ സർട്ടിഫിക്കറ്റ് വേണമെന്ന് നിബന്ധനയുണ്ട്. സാറെനിക്കൊരു സർട്ടിഫിക്കറ്റ് തരണം.'

'അതിന് തന്നെയെനിക്കറിയില്ലല്ലോ.' പ്രൊഫസറുടെ സ്വരം കനക്കുന്നു.

'സാറെന്നെ ഓർക്കുന്നില്ലേ?' മറവിയുടെ മറ പറിച്ചുകീറാനുള്ള വ്യഗ്രതയിൽ ഞാൻ: 'ഡിഗ്രിക്ക് സാറിന്റെ ഹിസ്റ്ററി ക്ലാസിൽ ഞാൻ മുടങ്ങാതെ അപ്പേർ ചെയ്തിട്ടുണ്ട്. ഫൈനൽ ഡിഗ്രിക്ക് പഠിക്കുമ്പോൾ കോളേജ് ചെയർമാൻ സ്ഥാനത്തേക്ക് മത്സരിച്ചു തോറ്റിട്ടുണ്ട്. യൂണിവേഴ്സിറ്റി നടത്തിയ ചെറുകഥ രചനാ മത്സരത്തിൽ മൂന്ന് കൊല്ലം തുടർച്ചയായി ഒന്നാം സമ്മാനമെനിക്കായിരുന്നു സാർ. കഴിഞ്ഞ വർഷമാണ് ഞാൻ കോളേജ് വിട്ടത്.

'ആയിരിക്കാം.' പ്രൊഫസറുടെ സ്വരത്തിൽ പരിഹാസത്തിന്റെ പുഴുക്കൾ നുരിക്കുന്നു. 'ഇതൊന്നും തന്നെ ഓർക്കാനുള്ള കാരണങ്ങളാവുന്നില്ലെടോ.'

തെല്ലുനേരത്തെ മൗനത്തിനു ശേഷം അയാൾ തുടർന്നു: 'താനെത്ര തവണ മദ്യപിച്ച് ക്ലാസിൽ വന്നു ബഹളമുണ്ടാക്കിയിട്ടുണ്ട്? ലേഡി ടീച്ചേഴ്സിനെ അധിക്ഷേപിച്ച് എത്ര തവണ ക്ലാസ് അലങ്കോലപ്പെടുത്തിയിട്ടുണ്ട്? എത്ര പെൺപിള്ളേരെ കടന്നുപിടിച്ച് പ്രശ്നമുണ്ടാക്കി? എത്ര അടിപിടി കേസുണ്ടാക്കി താൻ?'

എന്റെ നാവ് ചത്തു.

പ്രൊഫസർ തുടർന്നു: 'ഇതൊന്നും ചെയ്യാത്ത തന്നെ ഞാനെങ്ങനെ ഓർക്കാനാണ്? അല്ലെങ്കിൽ, പഠിക്കുന്ന കാര്യത്തിൽ അതുല്യ ബ്രൈറ്റായിരുന്നുവെങ്കിൽ ഒരുപക്ഷേ, താൻ സ്മർത്തവ്യനായേനെ. അല്ലാതെ കഥകളെഴുതുന്ന എത്രയെത്ര പേർ കോളേജിൽ പഠിച്ചുപോയിട്ടുണ്ട്. എത്രയോ പേർ കോളേജ് യൂണിയൻ തിരഞ്ഞെടുപ്പുകളിൽ മത്സരിച്ചിട്ടുണ്ട്. അവരൊക്കെ എങ്ങനെ ഓർമ്മയിൽ തങ്ങിനിൽക്കാനാണെടോ?'

ഇടിവെട്ടേറ്റവനെപ്പോലെ ഞാൻ. മുറ്റത്ത് വെയിൽ നാളം പുളയുന്നു.

തലയ്ക്കകത്ത് കൂടിളകിയ കടന്നലുകൾ മൂളിപ്പറക്കുന്നു.

ഒരു നിമിഷം

ഒരു മിന്നൽപ്പിണർ.

ചുവന്നുപോയ കവിൾത്തടം തടവിക്കൊണ്ട് പ്രൊഫസർ സ്തംഭിച്ചു നിൽക്കെ ഞാൻ ചോദിച്ചു:

'ഇനി ഈ ജന്മത്തിൽ താങ്കൾക്കെന്നെ മറക്കാനാവുമോ സാർ-?'

●

# ആണ്ടിമാണിക്കന്റെ കണ്ണ്

സുന്ദരേശൻ എന്ന ബാലന്റെ തിരോധാനത്തോടെയാണ് ആണ്ടിമാണിക്കന്റെ ചിത്രം കിരാതമാവാൻ തുടങ്ങിയത്. ആകാശത്തിന്റെ നെടുംതൂണുപോലെ ഗ്രാമത്തിന്റെ തെക്കേ അതിരിൽ ഉയർന്ന് നിൽക്കുന്ന കൊടക്കാട്കുന്ന്. അതിന്റെ ഉച്ചിയിൽ ഒരു സാക്ഷിയെപ്പോലെ ആണ്ടിമാണിക്കൻ. ഗ്രാമത്തിന്റെ ഇതിഹാസം ഞങ്ങളെ പഠിപ്പിക്കുന്നു. സിരകളിൽ കോരിത്തരിപ്പുണർത്തിയ ഒരു ചിത്രം. അതാണ് തലകുത്തി വീണിരിക്കുന്നത്.

അപ്പുട്ടിക്കുറുപ്പിന്റെ സ്കൂളിലെ ഏറ്റവും സമർത്ഥനായ വിദ്യാർത്ഥിയായിരുന്നു സുന്ദരേശൻ. സ്കൂൾ ലീഡർ. പഠിപ്പിലും കളിയിലും മുൻപൻ.

നാണുമാസ്റ്ററുടെ നിർദ്ദേശപ്രകാരം വടിയൊടിക്കാൻ പോയതായിരുന്നു അവൻ. നട്ടുച്ചനേരം. സ്കൂളിന് പിന്നിൽ കല്ലുനിരക്കുന്നുകൾ. താഴ്‌വരയിൽ മുഗ്ദ്ധമായി തെച്ചിക്കാടുകൾ. കൂരിത്തഴപ്പുകൾ.

മണിക്കൂറുകൾ പലതുകഴിഞ്ഞിട്ടും സുന്ദരേശൻ തിരിച്ചുവന്നില്ല. നീട്ടിപ്പിടിച്ച കൈകളോടെ കുട്ടികൾ നിന്നുകഴച്ചു. നാണുമാസ്റ്ററുടെ വെറുപ്പ് സുന്ദരേശന്റെ നേർക്കായി.

'വരട്ടെ, ഓനിങ്ങ് വരട്ടെ.' ദേഷ്യം പല്ലുകൾക്കിടയിൽ ഞെരിഞ്ഞു. 'ഗുരുത്വം കെട്ടവൻ.'

വൈകുന്നേരമായിട്ടും സുന്ദരേശൻ തിരിച്ചുവന്നില്ല. ദേഷ്യം അയഞ്ഞയഞ്ഞ് പേടിയായി മാറി. നാണുമാസ്റ്ററുടെ കിടിലം വിഷപ്പനിപോലെ ഗ്രാമത്തിന്റെ ഞരമ്പുകളിൽ പടർന്നുപിടിച്ചു.

ഒട്ടും താമസിച്ചില്ല പിന്നെ: സുന്ദരേശനെ തേടിയിറങ്ങി ഞങ്ങൾ. കല്ലുനിരക്കുന്നിന്റെ താഴ്‌വരയിലും കുന്നിൻ നെറുകയിലെ കുറുക്കൻമടകളിലും നാളോൻവയലിലും അമ്പലച്ചിറയുടെ കരയിലും അരയാൽത്തറ

യിലും തേടിയലഞ്ഞു. ഗ്രാമത്തിലെ കിണറുകളും കുളങ്ങളും തോണ്ടി നോക്കി. എന്നിട്ടൊന്നും സുന്ദരേശനെക്കുറിച്ച് ഒരു വിവരവും കിട്ടിയില്ല.

എവിടെപ്പോയിരിക്കുമവൻ എന്ന ചിന്തയിൽ ഗ്രാമം വ്യാകുലപ്പെട്ടിരിക്കെ ഞങ്ങളുടെ കുട്ടികൾ ഓരോരുത്തരായി അപ്രത്യക്ഷരാവാൻ തുടങ്ങി.

അവർ എവിടെയാണ് മറഞ്ഞിരിക്കുന്നത്?

'ഇത്രയും ചെറിയ പൈതങ്ങൾ എങ്ങോട്ട് പോവാനാണ്?' ഞങ്ങളിൽ ചോദ്യം കനത്തു. 'എട്ടും പൊട്ടും തിരിയാത്തവർ...'

ഞങ്ങളുടെ മനസ്സിൽ ദുഃഖവും ഭയവും കൂടിക്കലർന്ന ഒരു വല്ലാത്ത വികാരം തിണർത്തുനിന്നു. വീടുകളിൽ അടുപ്പുകൾ പുകഞ്ഞില്ല. വേർപ്പ് വീണ് ഭൂമിതരിച്ചുണർന്നില്ല. കന്നുകാലികളുടെ അകിടുകളിൽ പാൽ നിറഞ്ഞ് താനെ ചുരന്നു.

എന്തിന്-?

എല്ലാം ഇനി ആർക്കുവേണ്ടി?

മരിച്ച വീടുപോലെ ഗ്രാമം വിഷാദം കനപ്പിച്ചുനിന്നു.

ഞങ്ങളുടെ കുഞ്ഞുങ്ങളുടെ തിരോധാനത്തിനു പിന്നിൽ കുഞ്ഞുങ്ങളെ പിടിച്ചുകൊണ്ടുപോയി വിൽക്കുന്ന ഗോസായിമാരായിരിക്കുമെന്നാണ് ഞങ്ങൾ കണക്കു കൂട്ടിയിരുന്നത്.

പെട്ടെന്നാണ് ആ അറിവ് ഒരു വെളിപാട്പോലെ ഞങ്ങളുടെ അകത്തളങ്ങളിൽ വന്നുപതിച്ചത്.

- ഇത് ആണ്ടിമാണിക്കന്റെ കളിയാണ്.

ദൈവമേ-

ഗോസായിമാർ കൊണ്ടുപോയതാണെങ്കിൽ ഞങ്ങളുടെ മക്കൾ എവിടെയെങ്കിലും ജീവിച്ചിരിപ്പുണ്ട് എന്നെങ്കിലും സമാധാനിക്കാമായിരുന്നു.

ഇനി-?

ഞങ്ങളിൽ ഏറ്റവും പ്രായംകൂടിയ കേളുമൂപ്പൻ വടിവുനഷ്ടപ്പെട്ട സ്വരത്തിൽ പറഞ്ഞു: 'കരുത്തുള്ള വിത്തൊക്കെ ഓന് വേണം.' കേളുമൂപ്പൻ ആത്മഗതമെന്നോണം കൂട്ടിച്ചേർത്തു: 'ദുഷ്ടടൻ. ദുരാഗ്രഹി.'

'ഞ്ഞി പൊറത്തെങ്ങും എറങ്ങല്ലെ കുഞ്ഞിമ്മോളെ.'

ഗർഭിണികളെ പ്രായമായവർ വിലക്കി: 'ആണ്ടിമാണിക്കന്റെ ദൃഷ്ടീലെങ്ങാനും പെട്ടാല് പിന്നൊരു കുഞ്ഞിക്കാല് കാണാനുള്ള യോഗംണ്ടാവൂല്ല പെണ്ണേ ഇനിക്ക്.'

അടിവയറ്റിൽ ആരോ കയ്യിട്ടുമാന്തുന്നതായി ഗ്രാമത്തിലെ മിക്ക ഗർഭിണികൾക്കും തോന്നിത്തുടങ്ങി. ഗർഭം അലസി ചിലർ മരിക്കുകയും ചെയ്തു.

ചായിന്റെ മാരിക്കുരിപ്പേ - ഗ്രാമം കൈകൾ നിലത്ത് ആഞ്ഞടിച്ചു ശപിച്ചു.

പൊട്ടിക്കണ്ണനാണവൻ-

കരിങ്കണ്ണനാണവൻ-

ഒടിമറിയുന്ന ദുർമ്മൂർത്തിയാണവൻ-

അങ്ങനെ വ്യത്യസ്ത ചിത്രങ്ങളിൽ ആണ്ടിമാണിക്കൻ ഞങ്ങളുടെ ഉണർച്ചയിലും ഉറക്കത്തിലും നിറഞ്ഞുനിന്നു.

ഇങ്ങനെപോയാൽ ഗ്രാമത്തിന്റെ ഭാവിയെന്താവും-?

എന്താണൊരു മാർഗ്ഗം-?

ഒരു മുക്തിമന്ത്രമേത്?

വായ്ക്കരിയിടാനാളില്ലാതായിപ്പോവൂല്ലോന്റെ ദേവ്യേ-

മൂകത തളംകെട്ടിനിന്നു ഗ്രാമത്തിലാകെ.

ആരാണാ നിർദ്ദേശം മുന്നോട്ട് വെച്ചതെന്ന് തിട്ടമായി പറയാനാവില്ലെങ്കിലും ഞങ്ങൾക്ക് പൊതുവെ സ്വീകാര്യമായി അത്.

- കുന്നുകയറിച്ചെന്ന് ആണ്ടിമാണിക്കനോട് ഈ കളിയൊന്ന് നിർത്താൻ കേണപേക്ഷിക്കുക.

അത് ഞങ്ങളുടെയുള്ളിൽ ഒരു വല്ലാത്ത കിടിലമുണർത്തിയെങ്കിലും അങ്ങനെ ചെയ്യാതിരിക്കാനെങ്ങനെ ഞങ്ങൾക്കാവും?

'ശിവ- ശിവ-' മുതിർന്ന ചിലർ എതിർത്തു. 'വിപത്ത് ക്ഷണിച്ചുവരുത്തുകയോ?'

ഒരു ഘോഷയാത്രയിലെന്നപോലെ ഞങ്ങൾ കൊടക്കാട് കുന്നിനെ ലക്ഷ്യമാക്കി നടന്നു. കാലടികൾക്ക് ദൃഢപ്രതിജ്ഞയുടെ കരുത്ത്. ഒരു തീർത്ഥയാത്രയുടെ വിശുദ്ധി.

വയലിനെ മുറിച്ചൊഴുകുന്ന തോടും കൊടക്കാട് കുന്നിന്റെ താഴെയുള്ള തട്ടുതട്ടായ ചരിവുകളും പിന്നിട്ടു. മാറിലൂടെ വേർപ്പ് ചാലിട്ടൊഴുകി. കുന്നിൻ ചരിവുകളിൽ എഴുന്ന് നിന്ന മൂർച്ചയുള്ള കല്ലുകളിൽ തട്ടി കാലുകൾ മുറിഞ്ഞു. കാലടികളിൽ കാരമുള്ളുകൾ തറഞ്ഞുകയറി. ഇരുവശങ്ങളിൽ എഴുന്നുനിന്ന ഇല്ലിക്കമ്പുകളിൽ കുടുങ്ങി കുപ്പായം

കീറി. ഒന്നും ഞങ്ങളറിഞ്ഞില്ല. മുള്ളുകൾ തട്ടി ശരീരമാസകലം കോറി വരഞ്ഞതിന്റെ നീറ്റൽപോലും ഞങ്ങളറിഞ്ഞില്ല. ചോരയും വേർപ്പും കൂടി ക്കലർന്ന് വസ്ത്രങ്ങൾ ഇരുണ്ടകാവിനിറമായി മാറി.

ക്ലേശപൂർണ്ണമായ യാത്രയ്ക്കൊടുവിൽ, പീഠഭൂമിപോലെ പരന്ന കൊട ക്കാട് കുന്നിന്റെ ഉച്ചിയിൽ ഞങ്ങളെത്തി. അവിടെ കണ്ട കാഴ്ച ഞങ്ങളെ തളർത്തി.

അമ്പലമോ പള്ളിയോ എന്ന് തീർത്ത് പറയാനാവാത്ത ഇടിഞ്ഞു പൊളിഞ്ഞ നന്നെ ചെറിയ ഒരു കെട്ടിടം. ശവക്കല്ലറയാണെന്ന് തോന്നി ക്കുന്ന കല്ലുംമണ്ണും പാവിയ ഒരു കൂന. പോത്തിന്റെ കുളമ്പടിപ്പാടുകൾ. അവിടവിടെ സാന്ദ്രമായി വളർന്ന തെച്ചിത്തൈകൾ. നൂച്ചിൽക്കാടുകൾ.

എവിടെ-?

ആണ്ടിമാണിക്കനെവിടെ?

ക്ലേശവും ആശാഭംഗവും ഭ്രാന്തമായ ഒരാവേശം ഞങ്ങളിലുണർത്തി. ദ്രുതതരമായ താളവേഗത്തിൽ ഇടിഞ്ഞുപൊളിഞ്ഞ കെട്ടിടത്തിന്റെ ഓരോ കല്ലും പറിച്ചെടുത്ത് താഴേക്ക് വലിച്ചെറിയാൻ തുടങ്ങി ഞങ്ങൾ. ഒരു വല്ലാത്ത ഞരക്കത്തോടെ കല്ലുകൾ ഉരുണ്ട് പോവുന്നത് ഭ്രമാത്മകമാ യൊരുൾപ്പുളകത്തോടെ ഞങ്ങൾ നോക്കി നിന്നു. അവസാനത്തെ കല്ലും പിഴുതെടുത്തെറിഞ്ഞു കഴിയുമ്പോഴേക്കും ഞങ്ങൾ നന്നെ തളർന്നുക ഴിഞ്ഞിരുന്നു. അറബിക്കടലിന്റെ മടക്കുകളിലെങ്ങോ സൂര്യൻ ഒരു മുങ്ങാം കോഴിയെപ്പോലെ തലപൂഴ്ത്തി. കട്ടപിടിച്ച ഇരുട്ട് ഞങ്ങളെ പൊതിഞ്ഞു.

പെട്ടെന്നാണത് ഞങ്ങളുടെ ശ്രദ്ധയിൽപെട്ടത്. ഇരുളിന്റെ ആവരണ ത്തിനപ്പുറത്ത്, ഞങ്ങൾക്കപ്രാപ്യമായ അകലത്തിൽ, ആകാശച്ചീളുക ളിൽ ജ്വലിച്ചു നിൽക്കുന്ന ആണ്ടിമാണിക്കന്റെ കണ്ണുകൾ!

●

# ഹസ്സൻകുട്ടിസീതിയുടെ വഴി

യാദൃച്ഛികമായാണ് ഹസ്സൻകുട്ടിസീതിയെ ഞങ്ങൾ പരിചയപ്പെട്ടത്. അതൊരു ഭാഗ്യമോ അനുഗ്രഹമോ ആയി ഞങ്ങൾ ആദ്യം കരുതുകയും ചെയ്തു. ഈ കാലത്ത് ആരെയാണ് വിശ്വസിക്കാനാവുക? വിശേഷിച്ച് മരക്കച്ചവടക്കാരെ-? റബ്ബർ തടിയ്ക്കും ഉപ്പൂത്തിക്കും മഞ്ഞനിറം കൊടുത്ത് പിലാവാണെന്നു പറഞ്ഞുവിൽപ്പന നടത്തുന്നുണ്ടത്രേ! ഈ അറിവ് ഞങ്ങൾക്കു പകർന്നുതന്നത് ഹസ്സൻകുട്ടിസീതിയാണ്.

മരക്കോതി അന്വേഷിച്ചുനടക്കവെയാണ് ഹസ്സൻകുട്ടിസീതിയെ ഞങ്ങൾ ആദ്യമായി കാണുന്നതും പരിചയപ്പെടുന്നതും. നിരത്തിലേയ്ക്ക് തള്ളിനിൽക്കുന്ന ശൈഖിന്റെ പള്ളിയുടെ ഉമ്മറത്തെ ചാരുപടിയിൽ ഇരിക്കുകയായിരുന്നു അയാൾ. തടിച്ചു കിളരം വെച്ച ദേഹം, ഇരുനിറം, കുടവയർ, തിളങ്ങുന്ന കഷണ്ടിക്കുമേൽ ബനിയൻ തൊപ്പി, കൈയുള്ള കുഞ്ഞിപ്രാക്കും കൈലിമുണ്ടും വേഷം. അരയിൽ പച്ച നിറത്തിലുള്ള ഒരു റാണിമാർക്ക് ബെൽറ്റ്. അവിടവിടെ നരവീണ വട്ടത്താടി. നിസ്കാരത്തഴമ്പ്.

റോഡിന്റെ മറുവശത്തെ പള്ളിപ്പറമ്പിൽ മിഴിനട്ടിരിക്കുന്ന അയാളുടെ ശ്രദ്ധ ആകർഷിക്കാനായി ഒന്നു ചിനച്ചിട്ട് ഞാൻ ചോദിച്ചു: "കോതിയിലേക്കുള്ള വഴിയേതാ?"

കുറ്റിക്കാടുകൾക്ക് മുകളിൽ പാറിക്കളിക്കുന്ന തുമ്പികൾ. മീസാൻകല്ലുകളിലും ജാറങ്ങളുടെ മേൽഭാഗത്തും ഇരുന്ന് കൊക്കുരുമ്മുന്ന അടയ്ക്കാപക്ഷികൾ. ജാറങ്ങളിൽ പുകയുന്ന ചന്ദനത്തിരി. പള്ളിപ്പറമ്പിൽ നിന്ന് ദൃഷ്ടി പറിച്ചെടുത്ത് ഒരു നിമിഷം ഞങ്ങളെ സാകൂതം നോക്കിയിട്ട് ഒരു സൂഫിയുടെ നിസ്സംഗതയോടെ അയാൾ പറഞ്ഞു:

നേരെ പൊയ്ക്കോളീൻ, കുറച്ചു മുന്നോട്ട് ചെന്നാൽ വലതുഭാഗത്ത് ഒരു ചെമ്മൺനിരത്ത് കാണും. അതിലൂടെ കുറച്ചു പോയാൽ ഇടതുവ

ശത്ത് ഒരു പെട്ടിപ്പീടികയുണ്ട്. അതിന്റെ മുമ്പിലാ കോതി. പഴയ മരസാധനങ്ങൾ വിൽക്കുന്ന പക്രനാജീന്റെ കോതി അതിനും കുറച്ചപ്പുറത്താ.'

അയാൾക്ക് നന്ദി പറഞ്ഞു ഞങ്ങൾ മുന്നോട്ട് നടന്നു. പിന്നിൽനിന്ന് കൈകൊട്ടി വിളിക്കുന്ന ശബ്ദം. ഞങ്ങൾ മൂന്നുപേരും ഒപ്പം തിരിഞ്ഞു നോക്കി. അയാളാണ്.

ഞങ്ങൾ അടുത്ത് ചെന്നു.

'മരം വാങ്ങാൻ പോക്ന്നതാ ഇങ്ങള്?'

'അതേ.'

'ഇങ്ങളെ കൂട്ടത്തില് ആശാരീണ്ടോ?'

'ഇല്ല.'

'പിന്നെങ്ങന്യാ!' കോതീല്ള്ളത് വല്ലാത്ത പഹയന്മാരാ. മരത്തിന്റെ നോട്ടം ശരിക്കറിഞ്ഞൂടാന്ന് തിരിഞ്ഞാൽ ഓലിങ്ങളെ പറ്റിച്ച്യാളയും. ഇങ്ങളൊരു കാര്യത്തിനെറങ്ങീട്ട് മുടക്കം പറയ്യാന്ന് നിരീക്കണ്ട. ഇങ്ങളിപ്പം തിരിച്ചുപോയിൻ. എന്നിട്ടു ആശാരിനെയും കൂട്ടി വന്നോളിൻ. അല്ലാഞ്ഞാൽ ഇങ്ങളു ചതീൽ പെട്ടുപോവും.'

അത് കേട്ടപ്പോൾ ഞങ്ങൾ ശരിക്കും അങ്കലാപ്പിലായി. ഞങ്ങളിൽ ആർക്കും മരത്തിന്റെ നോട്ടമറിയില്ല. വനനശീകരണത്തിനെതിരെ സംഘടിപ്പിച്ച ഒന്നു രണ്ടു യോഗങ്ങളിലും സാമൂഹ്യവനവൽക്കരണപരിപാടിയോടനുബന്ധിച്ച് സംഘടിപ്പിച്ച ഒരു യോഗത്തിലും പങ്കെടുത്ത് അഞ്ചുമിനിട്ടിൽ കൂടാത്ത പ്രസംഗങ്ങൾ നടത്തിയത് മാത്രമാണ് ഒരു പ്രൈമറി സ്കൂൾ അധ്യാപകനായ എനിക്ക് മരവുമായുള്ള ബന്ധം. മറ്റു രണ്ടുപേരുടെ കാര്യം പറയാനുമില്ല. രണ്ടു സഫറുകാർ. ഒരു ഖത്തറുകാരനും ഒരു ദുബൈക്കാരനും. രണ്ടു കൊല്ലത്തിലൊരിക്കൽ വിരുന്നുകാരെപ്പോലെ നാട്ടിൽ വരുന്നവർ. മുപ്പതോ നാൽപ്പതോ ദിവസം നിന്നു തിരിച്ചു പോകുന്ന അവർക്ക് നിത്യജീവിതത്തിന്റെ ചേലുകളിൽപോലും വേണ്ടത്ര പിടിപാടില്ല.

എന്തു ചെയ്യും?

ഒരു ആശാരിയെ കൂട്ടിവരാതിരുന്നത് വിഡ്ഢിത്തമായി.

ഞങ്ങളുടെ പകപ്പ് കണ്ടിട്ടെന്നോളം അയാൾ ചോദിച്ചു: 'ഏത് മരാ ഇങ്ങക്ക് മാണ്ട്യത്?'

'പിലാവ്.'

'എന്നാൽ കബറാക്കണം. അസ്സൽ പിലാവ് ഇങ്ങള് പോയാൽ കിട്ടാൻ പ്രയാസാ. ഒരു നല്ല പിലാവ് ഏട്ന്നെങ്കിലും കിട്ടോന്നു നോക്കിക്കൂടെ

യിനോ ഇങ്ങക്ക്?' ഞങ്ങളിൽ ആകാംക്ഷ ജ്വലിപ്പിച്ചുകൊണ്ട് അയാൾ പറഞ്ഞു നിർത്തി: 'ഏതായാലും ഇങ്ങളിപ്പം മടങ്ങിപ്പോയീൻ. എന്നിട്ട് ആശാരീനെയും കൂട്ടീറ്റിങ്ങ് പോരീൻ.'

'നിങ്ങളെ അറിവിലെവിടേങ്കിലുമുണ്ടോ ഒരു നല്ല പിലാവ് കിട്ടാൻ? പത്ത് കട്ടിലക്കും പതിനഞ്ച് ജനലിനും അതിനുള്ള പോളക്കും ഉള്ള മരം കിട്ടണം.' ഞങ്ങൾ ആരാഞ്ഞു.

കുറേനേരം ആലോചനയിൽ മുഴുകിയിരുന്നിട്ട് സീതി ചുണ്ടുകൾ കോട്ടി തല നിഷേധാർത്ഥത്തിൽ ചലിപ്പിച്ചുകൊണ്ട് പറഞ്ഞു:

'അറിവില് ഏടേംല്ല. അതിങ്ങള് നാട്ട്കള്ളീലോടേങ്കിലും നോക്ക്ന്നതാ നല്ലത്. ഇവട് ഏടേങ്കിലും ണ്ടേങ്കിൽ തന്നെ വലിയ വില കൊട്ക്കണ്ട്യേത് വരും.'

'വിലയുടെ കാര്യം സാരമില്ല. നല്ല സാദനം കിട്ടിയാൽ മതി.'

പെട്ടെന്ന് എന്തോ ഓർമ്മയിൽ വന്നിട്ടെന്നോണം അയാൾ പറഞ്ഞു:

'ഒരു പിലാവുണ്ട്. പക്കേങ്കിലത്.'

'അത്-?' ഞങ്ങൾ ചോദ്യഭാവത്തിൽ അയാളെ നോക്കി.

'മാണ്ട. അതിപ്പം വിൽക്ക്ന്നില്ല.'

'ഏതാണത്?'

'എന്റെ പറമ്പത്ത് ഒരു പിലാവുണ്ട്. പക്കേങ്കില് അതിപ്പം വിറ്റാ പറ്റുല്ല.'

'ഞങ്ങൾ നല്ല വില തരാം. നല്ല മൂപ്പുള്ള പിലാവാണെങ്കില് അത് ഞങ്ങൾക്ക് തരീൻ.'

ഞങ്ങൾക്ക് ആവേശം കയറി. ഞങ്ങൾ ഓരോരുത്തരായി അയാളെ നിർബന്ധിക്കാൻ തുടങ്ങി.

'മാണ്ട.' ഇങ്ങള് വേറേതെങ്കിലും നോക്കിക്കോളീൻ. ഒരുപാട് ചക്ക ണ്ടാവ്ണ പിലാവാ. അത് വിറ്റാപ്പിന്നെ കുട്ട്യേക്ക് പഴുത്ത ചക്ക കിട്ടാ ണ്ടായിപ്പോവും.'

ഞങ്ങളുടെ നിർബന്ധത്തിന് ശക്തി കൂടിയപ്പോൾ അയാൾ പറഞ്ഞു: 'അതിപ്പം നടക്ക്ന്ന കാര്യല്ല. ഞാനതിപ്പം വിൽക്കാനൊന്നും നിരീച്ചിക്കില്ല. പിന്നെ, ഇങ്ങക്കത് തരാംന്ന് വെച്ചാൽ തന്നെ അത് കാണിച്ച് തരാൻ ഞാൻ ആടംവരെ വരണ്ടെ? ഞാനൊരാളെയും കാത്ത് നിൽക്കാ. നാളെയോ മറ്റോ ഒരാശാരീനേംകൂട്ടി ഇങ്ങളിങ്ങ് പോരീൻ. എന്താ മാണ്ട്യേ തൂന്ന് വെച്ചാൽ ഞമ്മക്ക് ആലോചിച്ചു ചെയ്യാം. ഞാനവ്ടത്തന്നെ ഉണ്ടാവും. ഇല്ലേങ്കില് അട്ത്ത്ള്ള ഏതെങ്കിലും പീടികക്കാരോട് ചോദിച്ചാൽ മതി അസ്സൻകുട്ടിസീതി ഏട്യാള്ളത്ന്ന് ഓല് പറഞ്ഞ്യേരും. എന്താ-?"

അത് പോരെന്നായി ഞങ്ങൾ. ഞങ്ങൾ പറഞ്ഞു: 'നമുക്ക് ഒരു ഓട്ടോ പിടിച്ച് പോകാം. പിലാവും നോക്കി അതേ വണ്ടിയിൽ തന്നെ ഇങ്ങ് തിരിച്ചുപോരാം.'

'ആട്ത്തേക്ക് വണ്ടി പോവൂല്ല' ഞങ്ങളെ ഒഴിവാക്കാനെന്ന മട്ടിൽ സീതി പറഞ്ഞു.

ഒടുവിൽ, ഞങ്ങളുടെ നിർബ്ബന്ധത്തിന് സീതി വഴങ്ങുകതന്നെ ചെയ്തു.

കുണ്ടനിടവഴികളും ചരൽപ്പറമ്പുകളും പിന്നിട്ട് ഞങ്ങൾ സീതിയുടെ പറമ്പിലെത്തി. ഒരു വലിയ പറമ്പ്, നിറയെ കായ്ഫലമുള്ള തെങ്ങുകൾ; കവുങ്ങ്, വാഴ, മാവ്-അടുത്തെങ്ങും വീടുകളില്ല. പറമ്പിൽ ഒരു ആട് മേഞ്ഞു തിന്നുന്നു. അതു കണ്ടപ്പോൾ സീതിയുടെ കണ്ണുകൾ ചുവന്നു. ആടിനെ കെട്ടിയ കുറ്റി പിഴുതുമാറ്റി, ഒരു പിടി ചരൽക്കല്ലുകൾ വാരി ആടിനെ എറിഞ്ഞോടിച്ചുകൊണ്ട്, ഹസ്സൻകുട്ടിസീതി അതിന്റെ ഉടമസ്ഥനെ അരിശത്തോടെ ചീത്ത വിളിക്കാൻ തുടങ്ങി. പിന്നെ സീതി ഞങ്ങളുടെ നേരെ തിരിഞ്ഞു പറഞ്ഞു: 'ഒന്ന് നോട്ടം തെറ്റ്യാമതി, ആടും പയ്യും നെരങ്ങാൻ, എത്ര പറഞ്ഞാലും ഉളുപ്പില്ലാന്ന് വെച്ചാൽ എന്താ ചെയ്യ്യാ? ഇങ്ങള് നോക്ക്, ഒരു പെലാത്തയ്യോ മാത്തയ്യോ ഇവ്ട ബാക്കീണ്ടോന്ന്?

കോപം തെല്ലൊന്നടങ്ങിയപ്പോൾ പറമ്പിന്റെ നടുവിൽ പന്തലിച്ചു നിൽക്കുന്ന പ്ലാവ് ചൂണ്ടി സീതി പറഞ്ഞു: 'അതാണ് സാധനം.'

ഞങ്ങൾക്ക് പിലാവ് തൃപ്തിപ്പെട്ടു. പിടിച്ചാൽ പിടിയെത്താത്ത തടി. അതിനൊത്ത ഉയരവുമുണ്ട്. നല്ല മൂപ്പ് കാണും. പുരയ്ക്കുള്ള പണിത്തരങ്ങൾ കഴിഞ്ഞാലും മരം ബാക്കിയുണ്ടാവും.

'ഇതിനെന്തു കിട്ടണം സീതി?'

'രണ്ടു വെല പറേന്നില്ല' സീതി പറഞ്ഞു: 'ഇങ്ങള് ഒരെട്ടുറുപ്പ്യ ഇങ്ങ് തന്നേക്ക്.'

'എട്ടോ?' ഒന്നൊപ്പിച്ച് പറ സീതി. ആറ് പോരെ?'

'അങ്ങനത്തെ ഒരു വെലയൊന്നും ഞാനിങ്ങളോട് പറഞ്ഞില്ല. വെറകിന്റെ പയിസ്യേ ആയിറ്റുള്ളൂ. എനക്കത് ബിക്കണോംന്ന നിർബ്ബന്ധോംന്നൂല്ല. ഇങ്ങളെ നിർബ്ബന്ധംകൊണ്ട് തരാംന്ന് വെച്ചതാ. അപ്പറഞ്ഞ വെലക്കിങ്ങക്ക് പറ്റേല്ലേങ്കില് ഞമ്മളിവ്ട നേരം പോക്കണ്ട.'

'എന്നാലും ഏത് കാര്യത്തിനും ഇല്ലെ ഒരു നീക്ക്പോക്കൊക്കെ? ഒരു അഞ്ഞൂറുംകൂടി തരാം. എന്താ-?'

'എനക്ക് പറഞ്ഞുനിൽക്കാൻ നേരയില്ല.' അതും പറഞ്ഞ് സീതി ഭൂമി ചവിട്ടിക്കുലുക്കി തിരിച്ചുനടക്കാൻ തുടങ്ങി. അതു കണ്ട ദുബായിക്കാരൻ ജയഫർ എന്നെയൊന്ന് തോണ്ടി. സൂചന മനസ്സിലാക്കിയ ഞാൻ പറഞ്ഞു:

'ഒന്ന് നിൽക്കീൻ. പറയട്ടെ. നിങ്ങൾ അങ്ങനെയങ്ങ് പോയാലോ?'

ജയഫർ നൂറിന്റെ പത്ത് നോട്ടുകൾ എണ്ണി എന്റെ കൈയിൽ തന്നു. അത് സീതിയുടെ കൈയിൽ ബലമായി പിടിപ്പിച്ചിട്ട് ഞാൻ പറഞ്ഞു: 'ഇനി ഇങ്ങോട്ടൊന്നും പറയണ്ട. ബാക്കി ആറും കൂടി മരം മുറിക്കുമ്പോൾ തരും.'

സീതിയുടെ കണ്ണുകൾ തിളങ്ങി.

'ഒരു പൊരേന്റെ ആവശ്യത്തിനല്ലേ? ഞാനൊന്നും പറേന്നില്ല. ഞാന തിങ്ങക്ക് പൊരുത്തപ്പെട്ടിരിക്ക്ന്നു. എപ്പാന്ന് വെച്ചാൽ അതിങ്ങള് വന്ന് മുറിപ്പിച്ചോളീൻ. പക്കേങ്കില് അഡ്വിമൻസ് ഒന്നും മാണ്ട. മനീഷന്റെ വാക്കി നല്ലേന്ന് വില?' പണം എന്റെ നേർക്ക് തന്നെ നീട്ടിക്കൊണ്ട് സീതി പറഞ്ഞു.

'സാരമില്ല. അതവിടെ ഇരുന്നോട്ടെ. കഴിച്ച് ബാക്കിയല്ലേ ഞങ്ങൾ പിന്നെ തരേണ്ടതുള്ളൂ.'

പിന്നീട് സീതി മറുത്തൊന്നും പറഞ്ഞില്ല. നോട്ടുകൾ മടക്കി അരപ്പട്ട യിൽ തിരുകിക്കൊണ്ട് സീതി ചോദിച്ചു: 'ഇങ്ങളപ്പാ ഇത് മുറിപ്പിക്കുന്നത്?'

'നാളെ.'

'നാളെ മാണ്ട. ഞാനിവ്ടണ്ടാവൂല്ല. കോഴിക്കോട്ട് പോണ്ട്യത്ണ്ട്. മറ്റ ന്നാളായാലെന്താ?'

'ആയ്ക്കോട്ടെ. മറ്റന്നാൾ കാലത്ത് ഞങ്ങൾ മഴുക്കാരനെയും കൂട്ടി വരാം. നിങ്ങൾ ഇവിടെ തന്നെ ഉണ്ടാവുമോ?'

'ഉണ്ടാവും.' എട്ട് എട്ടരയാവുമ്പോളേക്ക് ഞാനിങ്ങെത്താം.'

അങ്ങനെ പറഞ്ഞുറപ്പിച്ചു ഞങ്ങൾ പിരിഞ്ഞു.

പറഞ്ഞദിവസംതന്നെ ഞങ്ങൾ മരം മുറിപ്പിക്കാൻ ചെന്നു. സീതി യേയും കാത്ത് നിൽപ്പായി ഞങ്ങൾ. ഒൻപതു മണി കഴിഞ്ഞിട്ടും സീതി എത്തിയില്ല. അയാൾ വന്ന് ഇടപാട് തീർക്കാതെ മരം മുറിക്കുന്നതെങ്ങനെ? അങ്ങനെയിരിക്കെയാണ് മറ്റൊരു കൂട്ടർ മഴുവും കയറും മറ്റുമായി തൊടി കയറിവരുന്നത്. ഒരു വൃദ്ധൻ. രണ്ടു ചെറുപ്പക്കാർ. ഒരു മഴുക്കാരൻ.

ഇവർ-?

'മൂപ്പരെത്തീക്കില്ല.' വൃദ്ധൻ പറയുന്നു. 'ഞങ്ങൾ ഇരുകൂട്ടരും ചോദ്യ ഭാവത്തിൽ അന്യോന്യം നോക്കി.

'നിങ്ങൾ-?'

'നിങ്ങൾ?'

'ഞങ്ങൾ ആ കാണുന്ന പിലാവ് മുറിക്കാൻ വന്നതാ.' ഞങ്ങൾ ഏഴാ യിരത്തിന് ഹസ്സൻകുട്ടി സീതിയോട് കച്ചവടം ചെയ്ത പിലാവ് ചൂണ്ടി വൃദ്ധൻ പറഞ്ഞു: 'കുറച്ച് ആക്കത്തിന് കിട്ടി. ഏഴായിരത്തിന്. ആയിരം ഇന്നലെ അഡ്വാൻസ് കൊടുത്തു. പഹയൻ ഒന്ന് വന്നു കിട്ടിയിരുന്നെങ്കിൽ എടപാട് തീർത്ത് ഇതൊന്നു തള്ളിയിട്ട് മില്ലിലേക്കെടുപ്പിക്കാമായിരുന്നു.'

സ്വരത്തിൽ അക്ഷമയുടെ ജ്വലനം.

ഞങ്ങളുടെ ഉള്ള് ഒന്നു പിടഞ്ഞു. എന്താണീ കേൾക്കുന്നത്? ഒരു സാധനം രണ്ടുകൂട്ടർക്ക് വിൽപ്പന നടത്തുകയോ? ഈ സീതി...?

'നിങ്ങൾ സീതിന്റെ ആൾക്കാരാണോ?' വൃദ്ധൻ ചോദിച്ചു: 'എങ്കിൽ ബാക്കി കൂടി തന്ന് ഞങ്ങൾക്ക് പണി തുടങ്ങാമായിരുന്നു.'

അതേ പിലാവ് ഞങ്ങൾ ഏഴായിരത്തിന് കച്ചവടമാക്കിയ വിവരം പറ ഞ്ഞപ്പോൾ അവർ ഞെട്ടി.

'എന്തൊരു ദുനിയാവാണിത് റബ്ബേ-' വൃദ്ധൻ ആത്മഗതമെന്നോണം പറയുന്നു: 'അയാളെ കണ്ടാൽ ഇത്തരക്കാരനാണെന്ന് ആർക്കെങ്കിലും തോന്ന്വോ?'

ഞങ്ങൾ ഇരുകൂട്ടരും തങ്ങൾക്കു പറ്റിയ അമളിയെപ്പറ്റിയും സീതിയെ കണ്ടുപിടിച്ച് ഇതിനൊരു സമാധാനമുണ്ടാക്കുന്നതിനെപ്പറ്റിയും സംസാരി ച്ചിരിക്കെ അതാ വരുന്നു മറ്റൊരു കൂട്ടർ. മദ്ധ്യവയസ്കനായ ഒരാൾ. അയാൾക്കു പിന്നിൽ കുറ്റിത്താടിയും തലയിൽ വട്ടക്കെട്ടുമുള്ള ഒരു മൗലവി. മദ്ധ്യവയസ്കന്റെ തലയ്ക്കു മുകളിൽ കുട നിവർത്തിപ്പിടിച്ച് മൗലവി ഏന്തി വലിഞ്ഞു നടക്കുന്നു.

ഞങ്ങൾ ഇരുകൂട്ടരും അന്ധാളിപ്പോടെ പുതുതായി കടന്നു വന്നവരെ നോക്കി. ഇവരും ഞങ്ങളെപ്പോലെ-?

'ഇങ്ങളെലെന്തായിപ്പറമ്പത്ത് നെടുക്ക്ന്നത്?' മദ്ധ്യവയസ്കൻ അദ്ഭു തതവും രോഷവും കലർന്ന സ്വരത്തിൽ ഞങ്ങളോടായി ചോദിച്ചു: 'ഇങ്ങ ളൊക്കെ ആരാ? എന്തായിവ്ടെ?'

ഞങ്ങൾ നടന്ന കഥകളെല്ലാം അയാളെ അറിയിച്ചു. അയാളുടെ കണ്ണു കൾ വിടരുന്നു.

'ആട്ടെ, ആരാ ഇങ്ങളെയിങ്ങനെ കളിപ്പിച്ചത്?'

'അയാളെ അറിയോ ഇങ്ങക്ക്?'

'ഹസ്സൻകുട്ടിസീതി'

'ഹസ്സൻകുട്ടിസീതിയോ?' സ്വരത്തിൽ അദ്ഭുതം.

'അതേ.'

'ഇങ്ങള് തമാശ പറയ്യ്യാ?' മദ്ധ്യവയസ്കന്റെ സ്വരത്തിൽ സംശയത്തിന്റെ ജ്വാല. അയാൾ തുടർന്നു: 'ഞാനാണ് ഹസ്സൻകുട്ടിസീതി. ഈ പറമ്പ് എന്റേതാ. ഞാനല്ലാത്ത വേറൊരസ്സൻകുട്ടിസീതീന് ഏട്ന്നാ ഇങ്ങക്ക് കിട്ട്യത്?'

ഞങ്ങൾ എത്ര കിണഞ്ഞുപറഞ്ഞിട്ടും അയാൾക്ക് വിശ്വാസം വരുന്നില്ല.

'ഇങ്ങൾ പറഞ്ഞ കോലത്തില്ള്ള ഒരാളും ഈ പ്രദേശത്തില്ല.' മദ്ധ്യവയസ്കന്റെ കൂടെ വന്ന മൗലവി പറഞ്ഞു: 'അല്ലെങ്കിൽ തന്നെ ഇങ്ങളെന്തൊരു പോയത്തരക്കാരാണ്? ഒരന്യപ്രദേശത്ത് ചെന്ന് ഒരു കച്ചോടം ചെയ്യുമ്മം ഈ നാട്ടുകാരായ ആരേങ്കിലും മദ്ധ്യസ്ഥനായി നിർത്തണ്ടേ നിങ്ങള്? അല്ലാണ്ടെങ്ങന്യാ ഒരെത്തും പിടിയും കിട്ട്വാ? ആരാ ഇങ്ങളിപ്പറേന്നത് വിശ്വസിക്കുക?'

നേരല്ലെ-?

ഞങ്ങൾ സ്വയം ചോദിച്ചു.

ഏതായാലും സീതിയെ അങ്ങനെ വിട്ടുകൂടെന്ന് ഞങ്ങൾ തീരുമാനിച്ചുറച്ചു. അയാളെ കണ്ട്, പിടിച്ച പിടിയാലെ കൊടുത്ത പണം തിരിച്ചു വാങ്ങിയിട്ടുതന്നെ കാര്യം.

ഞങ്ങൾ സീതിയെ തേടി പുറപ്പെട്ടു. അയാളെ കണ്ടുമുട്ടിയ ശൈഖിന്റെ പള്ളിയിലും പരിസരത്തുള്ള കടകളിലും അന്വേഷിച്ചു. കണ്ണിൽ കണ്ടവരോടൊക്കെ ചോദിച്ചു. ആർക്കും അങ്ങനെ ഒരാളെ അറിയില്ല.

'ഇങ്ങള് പറഞ്ഞ ചേലിക്കുംള്ള ആരും ഇവിടെങ്ങൂല്ല.'

ഞങ്ങൾ അന്വേഷണം തുടർന്നു. പൊള്ളുന്ന ടാർ റോഡുകളും ചെമ്മൺ നിരത്തുകളും കുണ്ടനിടവഴികളും സമതലഭൂമികളും പിന്നിട്ടു. നടന്നുനടന്ന്, ഞങ്ങൾ വലഞ്ഞു. തലയ്ക്കുമുകളിൽ സൂര്യൻ ജ്വലിക്കുന്നു. വേർപ്പ് ചാലിട്ടൊഴുകുന്നു. കാണുന്നവരോടൊക്കെ ചോദ്യം ആവർത്തിച്ചു.

ഒടുവിൽ, സീതിയെ കണ്ടുപിടിക്കൽ എളുപ്പമല്ലെന്ന് ഞങ്ങൾക്ക് ബോധ്യമായി. എവിടെവെച്ചെങ്കിലും അയാളെ കണ്ടുമുട്ടുകയാണെങ്കിൽ

പിടിച്ചുനിർത്തി പണം തിരിച്ചുവാങ്ങാമെന്ന് നിശ്ചയിച്ചുറച്ചു പിന്തിരിഞ്ഞു നടക്കാൻ തുനിയവെ വയലിന്റെ അതിരിലെ ചെമ്മൺ നിരത്തിലൂടെ സീതി നടന്നുപോവുന്നത് ഒരു മിന്നൽപ്പിണർപോലെ ഞങ്ങൾ കണ്ടു. അതേ വേഷം. അതേ ഉയരം. അതേ തടി. അത് സീതി തന്നെ. ഞങ്ങൾ വലിഞ്ഞുനടന്നു. അകത്ത് ആഹ്ലാദത്തിന്റെ കടൽ. അപ്പോഴേയ്ക്കും സീതി ഒരു തിരിവിൽ അപ്രത്യക്ഷമായിക്കഴിഞ്ഞിരുന്നു.

'സീതി-സീതി-' ഞങ്ങൾ നീട്ടി വിളിച്ചു. മറുപടിയില്ല.

മീൻകാവ് ചുമലിലേറ്റി കൂകിവിളിച്ചുകൊണ്ട് എതിരെ വരുന്ന മീൻകാരനോട് ഉദ്വേഗത്തോടെ ചോദിച്ചു.

'ഹസ്സൻകുട്ടി സീതി പോകുന്നത് കണ്ടോ നിങ്ങൾ? ബനിയനും കൈലിയുമണിഞ്ഞ തടിച്ചുനീണ്ട-'

'ഓ, കണ്ടു.' ഞങ്ങൾ മുഴുമിപ്പിക്കുന്നതിനുമുൻപായി അയാൾ പറഞ്ഞു: 'ഈ വളവിനപ്പുറത്തുള്ള കലുങ്കിന് തൊട്ട് വലതുഭാഗത്ത് കരിങ്കല്ലിന്റെ കോണിയുള്ള ഒരു വീടുണ്ട്. അതാണ് ഓറെ പൊര.'

ഞങ്ങൾക്ക് നിധികിട്ടിയ ആഹ്ലാദം.

ചെമ്മൺനിരത്തും കലുങ്കും പിന്നിട്ട് ഞങ്ങൾ മീൻകാരൻ പറഞ്ഞ വീട്ടിലേക്ക് കയറിച്ചെന്നു.

കോൺക്രീറ്റിട്ട നടവഴിയും മുറ്റവും. മുറ്റത്തിന്റെ അതിരിലെ കരിങ്കൽ മതിലിൽ നിരത്തിവെച്ച ചെടിച്ചട്ടികൾ. വൃത്തിയുള്ള കോലായ. നിരത്തിയിട്ട കസാലകൾ. പുറത്ത് ആളില്ല.

'ഇവിടെ ആരുമില്ലേ?'

അകത്ത് ആളനക്കം.

ഹസ്സൻകുട്ടിസീതി ഞങ്ങളെ കണ്ട് വെപ്രാളപ്പെടുന്നതും പിന്നെ അയാളെ വരച്ച വരയിൽ നിർത്തി പണം തിരിച്ചുവാങ്ങുന്നതും ആയ ചിത്രങ്ങൾ മനസ്സിൽ മിന്നിമറയുന്നു.

'ആരാ' ഉമ്മറപ്പടിയിലെ വിരി വകഞ്ഞുമാറ്റി ഇറങ്ങിവന്ന വൃദ്ധൻ ചോദിച്ചു: 'എന്താ?'

'ഹസ്സൻകുട്ടിസീതിയില്ലേവ്ടെ?'

'വാ, കയറിയിരിക്കീൻ' വൃദ്ധൻ പറഞ്ഞു: 'ഞാൻ തന്നെയാണ് ഹസ്സൻകുട്ടിസീതി.'

'നിങ്ങളല്ല.' ഞങ്ങളുടെ സ്വരം കരച്ചിൽപോലെ നേർത്തു.

ഞങ്ങൾ ധൃതിയിൽ പിന്തിരിഞ്ഞു നടന്നു. വൃദ്ധൻ എന്തോ വിളിച്ചു പറയുന്നു. ഞങ്ങൾക്ക് ഒന്നും മനസ്സിലായില്ല.

കോണിയിറങ്ങവെ ഹസ്സൻകുട്ടിസീതി കലുങ്കിനപ്പുറത്തെ വളവ് തിരിഞ്ഞ് ധൃതിയിൽ നടന്നു പോകുന്നത് വീണ്ടും കണ്ണിൽപ്പെട്ടു.

ഞങ്ങൾ ഓടി വളവിലെത്തി. ആവേശം പതഞ്ഞുയരുന്നു. എവിടെ സീതി? ഞങ്ങൾ ചുറ്റും നോക്കി. സീതിയുടെ പൊടിപോലും എങ്ങും കാണാനില്ല.

അതൊരു നാൽക്കവലയാണെന്ന കാര്യം അപ്പോൾ മാത്രമാണ് ഞങ്ങളുടെ ശ്രദ്ധയിൽപ്പെട്ടത്. പല ഭാഗത്തേയ്ക്കും തിരിയുന്ന വഴികൾ ചോദ്യചിഹ്നം പോലെ വളഞ്ഞുകിടക്കുന്നു. ഏത് വഴിയിലൂടെയായിരിക്കും സീതി പോയിട്ടുണ്ടാവുക? തിരിച്ചറിവില്ലായ്മയുടെ തളർച്ചയിൽ ഞങ്ങൾ സ്തബ്ധരായി.

●

# ഒരു കിനാവുപോലെ

**കു**ളിരുടുത്ത് ആർദ്രമായ ഒരു പ്രഭാതത്തിൽ തികച്ചും ആകസ്മികമായാണ് അവർ വന്നത്. സൂര്യൻ കതിരിട്ട ഊടുവഴികൾ കടന്ന് മരച്ചീനിത്തലപ്പുകൾ വകഞ്ഞുമാറ്റി നടന്നടുക്കുന്ന ചെറുപ്പക്കാരിൽ ഗോപിനാഥൻ നായരുടെ മിഴികൾ ഉടക്കിനിന്നു. അകത്ത് ആശങ്ക-പതിവില്ലാത്തതാണിത്.

ചെറുപ്പക്കാരുടെ വരവ് അയാളിൽ ഭയത്തിന്റെ കാട്ടുതീ പടർത്തി. എന്തിനാണ് മനുഷ്യരെ ഇങ്ങനെ ഭയപ്പെടുന്നതെന്ന് പലവട്ടം സ്വയം ചോദിച്ചു അയാൾ. കൂട്ടം തെറ്റിയ മദയാനകളെയും ഇറങ്ങി അലയുന്ന കുറുനരികളെയും എത്ര ധൈര്യത്തോടെ നേരിടുന്നു. എന്നിട്ടും -

മനസ്സിനെ തച്ചു പതം വരുത്തിയിട്ടും ഭയം തണുത്തുറഞ്ഞില്ല. പൊതിഞ്ഞു നിൽക്കുന്ന പരുത്ത ആവരണം അഴിഞ്ഞു വീണില്ല.

തൊട്ടടുത്ത മേടിൽ കൃഷിചെയ്യുന്നവർ പോലും ഇന്നോളം തന്റെ കുടിൽകൊള്ളെ വന്നിട്ടില്ല. കാടിന്റെ മടകളിൽ അകന്നുകഴിയുന്ന ആദിവാസികളിൽ ചിലർ കുന്നിന്മുകളിലിരുന്ന് ഒളിഞ്ഞുനോക്കുന്നത് ചിലപ്പോഴൊക്കെ കണ്ടിരുന്നു. പക്ഷേ, ഒരാദിവാസിക്കുട്ടി പോലും കുന്നിറങ്ങി വന്നിട്ടില്ല. ഇതുവരെ. അവ്യക്തമായ ഭയം തടഞ്ഞുനിർത്തും പോലെ, കൈതട്ടി ശബ്ദമുണ്ടാക്കി വിളിക്കണമെന്ന് തോന്നിയപ്പോഴൊക്കെ അതിലടങ്ങിയ വിഡ്ഢിത്തത്തെക്കുറിച്ചുള്ള അറിവ് വിലക്കി നിർത്തി. പരസ്പരം മനസ്സിലാക്കാനാവാത്ത ഒരു കൂടിക്കാഴ്ച എത്ര വിരസവും അനാവശ്യവുമാണ്? അവരുടെ ആംഗ്യമുദ്രകൾ പോലും തനിക്ക് ഗ്രാഹ്യമല്ല.

രാവിന്റെ ആഴങ്ങളിൽനിന്ന് ഇറങ്ങിവരുന്ന മൃഗങ്ങൾ, കൃഷി ചവിട്ടിമെതിച്ചലങ്കോലപ്പെടുത്താൻ കാടിറങ്ങുന്ന ഒറ്റയാന്മാർ. പിന്നെ വളരെ വിരളമായി ഒരു കാട്ടുപന്നി. കൂട്ടം തെറ്റി എത്തുന്ന ഒരു പുള്ളിമാൻ. ഒരു മുയൽ. തീർന്നു. അതിലൊന്നിനെ പിടിച്ചുകെട്ടി ലാളിക്കണമെന്ന മോഹം

ഒരു മിന്നൽപ്പിണർപോലെ ഉള്ളിലുണർന്ന് പുളഞ്ഞപ്പോഴൊക്കെ അസ്വാതന്ത്ര്യത്തിന്റെ പാശങ്ങൾ അവയുടെ സ്വത്വം നശിപ്പിക്കുമല്ലോ എന്ന ചിന്ത വിലങ്ങായി.

പക്ഷേ, ഇവർ–

ചവിട്ടുപടിയിൽ ചെരിപ്പഴിച്ചുവെച്ച് കോലായയിലേക്ക് കയറുന്നതിനിടയിൽ ചെറുപ്പക്കാരിലൊരുവൻ പറഞ്ഞു:

'തരക്കേടില്ല അച്ഛൻ ഒളിച്ചുപാർക്കാൻ കണ്ടുപിടിച്ച സ്ഥലം!'

ചാരുകസാലയിൽ ഒന്ന് നിവർന്നിരുന്നു ഗോപിനാഥൻനായർ.

വിറങ്ങലിച്ച ഭൂമിയുടെ ശീൽക്കാരം പോലെ കൃഷിനിലങ്ങൾക്കുമപ്പുറത്തെ വനസാന്ദ്രതയിലുറഞ്ഞ കാറ്റ്. അത് ഇലച്ചാർത്തുകളെ തഴുകി ഇക്കിളിപ്പെടുത്തി. സൂര്യകിരണങ്ങളേറ്റ് വൈഡൂര്യം പോലെ തിളങ്ങിയ ഹിമകണങ്ങൾ ചെടികളിൽ നിന്നടർന്നു വീഴുന്നു.

പറഞ്ഞത് ശരിവെക്കുന്ന തരത്തിൽ തല കുലുക്കിയിട്ട് കാഴ്ചയിൽ ഇളപ്പം വിളങ്ങിനിൽക്കുന്ന ചെറുപ്പക്കാരൻ ചുറ്റും കണ്ണോടിച്ചു. വെൺമുകിൽ തലയിൽ ചൂടിയ പാറക്കെട്ടുകളിലും കാടിന്റെ മുഗ്ദ്ധതയിലും ഇലച്ചാർത്തണിഞ്ഞ ഗിരിനിരകളുടെ വെള്ളിയരഞ്ഞാണം പോലുള്ള കാട്ടുചോലകളിലും ഗോപിനാഥൻ നായരുടെ മുഖത്തും അവന്റെ മിഴികൾ മാറി മാറിപ്പതിഞ്ഞു.

ചെറുപ്പക്കാരുടെ കൺതടങ്ങളിൽ ആനന്ദത്തിന്റെ നനവ്.

'അച്ഛനെ എവിടെയൊക്കെ തിരക്കീന്നോ ഞങ്ങൾ? ആശ്വാസവും ആദരവും വഴിയുന്ന സ്വരത്തിൽ മീശയും ഊശാൻ താടിയുമുള്ള ചെറുപ്പക്കാരൻ പറഞ്ഞു: 'പോവാത്ത സ്ഥലങ്ങളില്ല; നാടായ നാടും അമ്പലങ്ങളും ഒക്കെ ചുറ്റി. പത്രത്തിലും കൊടുത്തു.'

തെല്ലു നിർത്തി ചെറുപ്പക്കാരൻ തുടർന്നു: 'ഈ കാട്ടുമുക്കിൽ ഒളിച്ചിരിപ്പാണെന്നാരറിഞ്ഞു!'

എന്താണീ ചെറുപ്പക്കാർ പറയുന്നത്? ഉള്ളിൽ ചോദ്യം തറഞ്ഞു നിൽക്കുന്നു.

'എന്നാലും അച്ഛാ' പ്രായം കുറഞ്ഞവൻ പറഞ്ഞു: 'ഇത്രയും കാലമായിട്ടും ഒരു കത്തുപോലും അയയ്ക്കാൻ തോന്നിയില്ലല്ലോ അച്ഛന്?'

ഇവർക്കു ഭ്രാന്തുപിടിച്ചോ?

കാടിന്റെ മുടിക്കെട്ടു പിടിച്ചുലച്ച് വന്ന കാറ്റ് സംഭ്രാന്തമായ ഒരു ഹുകാരത്തോടെ അവരെ കടന്നുപോയി.

‘എന്തൊക്കെയാണ് കുട്ടികളെ നിങ്ങൾ പറയുന്നത്?’ അസഹ്യത യോടെ ഗോപിനാഥൻ നായർ ആരാഞ്ഞു: ‘ആരുടെ കാര്യമാണ് നിങ്ങൾ പറയുന്നത്?’

ഒരു ഫലിതം കേട്ട മട്ടിൽ കുലുങ്ങിച്ചിരിച്ചിട്ട് ചെറുപ്പക്കാരിരുവരും ഒന്നിച്ചു പറഞ്ഞു: ‘അച്ഛന്റെയൊരു തമാശ!’

‘സത്യമായും കുട്ടികളെ നിങ്ങൾ പറയുന്നതെനിക്കു മനസ്സിലാവു ന്നില്ല.’ വാക്കുകൾ വെപ്രാളപ്പെട്ടു: ‘ആരാണു നിങ്ങൾ? എന്താണു നിങ്ങ ളുടെ ഉദ്ദേശ്യം?’

ചെറുപ്പക്കാരുടെ കണ്ണുകളിൽ ആഹ്ലാദത്തിന്റെ നിലാവണയുന്നതും പാരവശ്യത്തിന്റെ കാളിമ പടരുന്നതും അയാൾ കണ്ടു.

കാറ്റിന്റെ താളം പ്രചണ്ഡമാവുന്നു. മരച്ചില്ലകളെ പിടിച്ചുകുലുക്കി ചൂളം വിളിച്ച് അത് അടിച്ചുതിമർക്കുന്നു.

‘അച്ഛനെന്തൊക്കെയാണീപ്പറയുന്നത്?’ ഊശാൻ താടിക്കാരന്റെ സ്വര ത്തിൽ അസഹ്യത. ‘സ്വന്തം മക്കളെപ്പോലും അച്ഛൻ മറന്നുപോയെന്നോ? ദൈവമേ-എന്താണിത്?’

ചെറുപ്പക്കാരൻ വിതുമ്പലൊതുക്കി തുടർന്നു: ‘അച്ഛാ ഞാൻ ഹരി യാണ്. ഇവൻ രവി. ചക്കരോത്ത് ഭാനുമതി അമ്മയുടെ മക്കൾ.’

മടിയിൽ കിടത്തി കഥകൾ പറഞ്ഞുറക്കുകയും വാത്സല്യത്തിന്റെ അമ്പിളിക്കീറു കാണിച്ച് കൊഞ്ചിക്കുകയും ചെയ്ത ഞങ്ങളുടെ അച്ഛൻ -

വാക്കുകൾ തൊണ്ടയിൽ കുരുങ്ങിക്കിടക്കുന്നു.

ദൈവമേ-

ഇടവേളകളിൽ വളർന്ന മൗനത്തിന്റെ വേടിളക്കിക്കൊണ്ട് അവൻ പറഞ്ഞു:

“അച്ഛൻ വീടുവിട്ടിറങ്ങിയതിൽപ്പിന്നെ അമ്മ ഒരേ കിടപ്പാണ്. നേര ത്തിന് ഭക്ഷണമില്ല. കുളിയും നനയുമില്ല. മിണ്ടാട്ടമില്ല. പോരാത്തതിന് വാതരോഗവും.’

ചെറുപ്പക്കാരൻ പറഞ്ഞുനിർത്തി: ‘അച്ഛൻ വേഗം പുറപ്പെട്. കഴിയും വേഗം നമുക്കങ്ങെത്താം.’

സ്വയമറിയാത്തവനെപ്പോലെ ഗോപിനാഥൻനായർ പകച്ചുനിന്നു. ഏതു ഭാനുമതിയമ്മ? ഏതു മക്കൾ? ഒരദ്ഭുതകലോകത്ത് കുടുങ്ങിയത് പോലെ

അവ്യക്തതയിൽ അയാൾ കുഴങ്ങി. എന്തു പറഞ്ഞാണ് ഇവരെ വിശ്വസിപ്പിക്കുക? ഒഴിച്ചുവിടുക?

ഊഹങ്ങൾക്കും ചിന്തകൾക്കുമപ്പുറത്തുള്ള കാര്യങ്ങൾ-

ഓർമ്മവെച്ചനാൾ തൊട്ടേ താനീ കാട്ടുമൂലയിൽ തനിച്ചാണല്ലോ? വേർപ്പുകൊണ്ട് ഭൂമിയുടെ ദാഹം ശമിപ്പിച്ച്, ഫലങ്ങളാൽ പശിയടക്കി -

എന്നിട്ടിപ്പോൾ-

-ഇവർ പറയുന്നത്?

ഈ രംഗം എന്നെങ്കിലും ഉണ്ടാവാമെന്ന ബോധം കിനാവിന്റെ ഒരു ചീള് പോലെ, വിസ്മൃതിയുടെ കടൽതീരത്തടിഞ്ഞ ഒരു ചിത്രത്തിന്റെ ആർദ്രതയോടെ മനസ്സിന്റെ വിവേചനരഹിതമായ കോണിലെങ്ങോ ഒളിചിതറി നിന്നിരുന്നുവോ? അയാളിൽ അദ്ഭുതത്തിന്റെ ആകാശങ്ങൾ നിവർന്നു. കുപ്പിച്ചില്ലിന്റെ വക്കിൽ പ്രതിബിംബിക്കുന്ന അമ്പിളിക്കീറു പോലെ അത് ബോധത്തെ പിറകോട്ടുതള്ളി ഉയർന്നുനിന്നിരുന്നുവോ എപ്പോഴെങ്കിലും? ഒരു പുനരാവർത്തനം പോലെ, സ്വപ്നസാഫല്യം പോലെ-?

അയാൾ പഴങ്കഥയുടെ, ചുരുളഴിച്ചു. എത്ര കിണഞ്ഞു പറഞ്ഞിട്ടും ചെറുപ്പക്കാർ വിശ്വസിച്ചില്ല. അവരും തെളിവു നിരത്തി.

എന്താണിതിന്റെയൊക്കെ പൊരുൾ? അഴിയാത്ത നേത്രാവരണങ്ങൾ. തിരിച്ചറിവില്ലായ്മയുടെ മടകൾ.

നേരും നുണയും ഇഴപിരിച്ചെടുക്കാനുള്ള വ്യഗ്രത. അവരവരുടെ സത്യങ്ങൾ തെളിച്ചിടാനുള്ള തത്രപ്പാട്. ഒരാളുടെ സത്യം മറ്റൊരുവന് അസത്യമായി തോന്നുന്നതെന്തുകൊണ്ട്? അയാളുടെ ചിന്ത കലങ്ങി. ആരും നിജസ്ഥിതി അറിയുന്നില്ലെന്നോ? വ്യത്യസ്ത വശങ്ങളാണ് ഓരോരുത്തരും കാണുന്നതും പറയുന്നതും. ആരും അതിനപ്പുറം കടക്കുന്നുമില്ല.

ഒടുവിൽ നിവൃത്തിയില്ലെന്നായപ്പോൾ പിഞ്ഞിത്തുടങ്ങിയ ചാരനിറമാർന്ന തന്റെ കോറക്കുപ്പായമെടുത്തണിഞ്ഞ് കൂരയുടെ വാതിൽ ചാരിവെച്ച് ചെറുപ്പക്കാർക്കൊപ്പം ഗോപിനാഥൻനായരിറങ്ങി.

വെയിൽ തിളക്കുന്ന വഴികൾ വാചാലമായി. കാട്ടുപാതകളും മലയടിവാരങ്ങളും പിന്നിട്ടു. കാലും മെയ്യും തളർന്നു. കുപ്പായം വേർപ്പിൽ കുതിർന്നൊട്ടി. കാലടികളിൽ കാരമുള്ളുകൾ തറഞ്ഞുകയറി. നെൽവയലുകളിലൂടെ, സമതലഭൂമികളിലൂടെ വഴി നീണ്ടു.

ചോദ്യചിഹ്നം പോലെ വളഞ്ഞ ഇടവഴികൾക്ക് ശേഷം അവർ പുരാതനമായ ഒരു കോട്ടയുടെ സ്മരണയുണർത്തുന്ന നാലുകെട്ടിന്റെ നടയിലേക്ക് കയറി. നടയ്ക്കിരുവശവും വർണ്ണച്ചെടികൾ വെച്ചുപിടിപ്പിച്ച ചെടിച്ചട്ടികൾ. അവ വിണ്ടുകീറി കോലം കെട്ടിരിയ്ക്കുന്നു. കാടുകയറിയ മുറ്റം. നടുവിൽ തുളസിത്തറ, മുറ്റത്തിന്റെ അതിരിനപ്പുറത്ത് കുലച്ചുനിൽക്കുന്ന കദളിവാഴക്കൂട്ടങ്ങൾ. പൊളിഞ്ഞുതുടങ്ങിയ നാഗത്തറ, കൽവിളക്കിനെ, ചുറ്റിവളർന്ന പടർപ്പുല്ലുകൾ. നാഗത്തറയുടെ വിള്ളലുകളിൽ വേരാഴ്ത്തി വളരുന്ന പേരാൽ.

'അച്ഛൻ-ഇതാ അച്ഛൻ വന്നിരിക്കുന്നു.' സ്വരത്തിൽ ആഹ്ലാദം നുരയിട്ടു.

ആലയിൽ കുളമ്പിട്ടടിയ്ക്കുന്ന സിന്ധിപ്പശു. തള്ളയെ മണപ്പിച്ചു നിൽക്കുന്ന പൈക്കിടാവ്. പുല്ലൂട്ടിയിൽ കൊഴിഞ്ഞുവീണ പതിർമണികൾ ചിക്കിച്ചികഞ്ഞ് തിന്നുന്ന കോഴിക്കുഞ്ഞുങ്ങൾ. ചിറകുകൾ പാതിവിടർത്തി, കഴുത്ത് പിന്നോട്ടൊടിച്ച്, തൂവലുകൾക്കിടയിൽ കൊക്കു തിരുകി ചികഞ്ഞ് പേനെടുത്ത് കൊറിക്കുന്ന തള്ളക്കോഴി.

കാലും മുഖവും കഴുകി ചാണകം മെഴുകിയ കോലായയും ചിത്രാലംകൃതമായ മരവാതിലും കടന്ന് അവർ അകത്ത് കയറി. ഇരുളൊളിച്ച മച്ചകങ്ങളും ഇടനാഴിയും. നരിച്ചീറുകൾ ചിറകടിച്ചു പറക്കുന്നതിന്റെ ഒച്ച.

അപ്രതീക്ഷിതമായി വീണുകിട്ടിയ സൗഭാഗ്യത്തിലെന്നപോലെ വീടുണർന്നു, അപശബ്ദങ്ങളൊതുക്കി.

ചേർത്തടച്ച വാതിൽപ്പാളി തള്ളിത്തുറന്നിട്ടുകൊണ്ട് രവി പറഞ്ഞു: 'അമ്മേ ഇതാ അച്ഛൻ.'

മുറി നിറഞ്ഞൊഴുകുന്ന ആസവങ്ങളുടെയും കുഴമ്പിന്റെയും രൂക്ഷത.

ഇരുൾ പുണർന്ന കട്ടിൽ തേങ്ങി. ഒരു വാടിയ താമരത്തണ്ടുപോലെ തളർന്നു കിടക്കുന്ന സ്ത്രീ. പക്ഷിക്കൂടുപോലുള്ള കിളിവാതിൽ തള്ളിത്തുറന്നു ഹരി. അഴികൾക്കിടയിലൂടെ കടന്നുവന്ന സൂര്യകിരണങ്ങൾ അവരെ തഴുകി: ഒരു സാന്ത്വനം പോലെ.

സ്ത്രീയുടെ കണ്ണുകളിൽ ആനന്ദത്തിന്റെ പൊട്ടിച്ചൂട്ടുകൾ തെളിഞ്ഞു. ഉടൽ ത്രസിക്കുന്നു.

'അമ്മ കിടന്നോളൂ.' എഴുന്നേൽക്കാനുള്ള ശ്രമത്തിൽ നിന്ന് അമ്മയെ പിന്തിരിപ്പിക്കാനെന്നോണം ഹരി പറഞ്ഞു: 'അച്ഛനിനി എങ്ങും പോണില്ല.'

'നിങ്ങൾ-നിങ്ങൾ-' സ്ത്രീയുടെ ശബ്ദം തൊണ്ടയുടെ ആഴങ്ങളിൽ നിന്നുള്ള ഒരു നേർത്ത തേങ്ങലായി മുറിഞ്ഞു വീണു' എവ്ട്യെയിനു നിങ്ങൾ-?'

കവിളിലൂടെ ഒലിച്ചിറങ്ങുന്ന സന്തോഷത്തിന്റെ ഉറവ.

'ഞാൻ, ഞാൻ-' ഗോപിനാഥൻ നായർ പരുങ്ങി.

വറവുചട്ടിയുടെ ശീൽക്കാരങ്ങൾ, പിഞ്ഞാണങ്ങളുടെ കലപിലാരവം.

എന്താണിത്?

ഒരു കിനാവ്-?

അയാൾ കുഴങ്ങി.

ചേറും കുഴമ്പും പുരണ്ട് കോലം കെട്ട ആഴിക്കട്ടിലിൽ ഗോപിനാഥൻ നായർ ഇരുന്നു. പിന്നെ, സ്ത്രീയുടെ കരം ഗ്രഹിച്ച് ലോലമായ ഒരു പുഷ്പദളത്തെയെന്നോണം തലോടി. പക്ഷേ, സ്ത്രീയുടെ ശരീരം മഞ്ഞു കട്ടപോലെ തണുത്തതും വിറങ്ങലിച്ചതും ആയിരുന്നു.

●

# യാത്രാവേളയിൽ

**മു**നിസിപ്പൽ ക്ലോക്ക് ടവറിൽ പതിനൊന്നടിച്ചിട്ട് അപ്പോൾ അധിക നേരം കഴിഞ്ഞിരുന്നില്ല. നഗരത്തിലേക്ക് സ്വാഗതമോതുന്ന കൂറ്റൻ കമാനവും നഗരസഭാ മന്ദിരവും പിന്നിട്ട് ഒരു ഓട്ടോറിക്ഷ കുതിച്ചെത്തുന്നു. അലങ്കാരവിളക്കുകൾ പിടിപ്പിച്ചതും നല്ല പ്രൗഢി തോന്നിക്കുന്നതുമായ ഒരു പുതിയ വണ്ടി. ഗാന്ധിസ്ക്വയർ വിട്ടപ്പോൾ അത് തിരക്കിൽപ്പെട്ടുപോവുകയും മുന്നോട്ടോ പിന്നോട്ടോ നീങ്ങാൻ കഴിയാത്തവിധം കുരുങ്ങിക്കിടക്കുന്ന വാഹനവ്യൂഹത്തിനിടയിൽ അകപ്പെട്ടുപോവുകയും ഉണ്ടായി.

മുന്നിലുള്ളവരെ ശാസിക്കുകയും ശപിക്കുകയും ചെയ്യുന്ന മട്ടിൽ പിന്നിലുള്ളവർ നീട്ടി ഹോൺ മുഴക്കുന്നു. കൂടിക്കുഴയുന്ന വൈജാത്യപൂർണ്ണമായ ശബ്ദം അലോസരമാവുന്നു.

ഓട്ടോറിക്ഷയിലെ കേസറ്റ്പ്ലെയറിൽനിന്ന് ദോലാർ മെഹന്തിയുടെ ഒരു ഗാനം പ്രകമ്പിതമാവുന്നു. പതിനേഴ് വയസ്സ് തോന്നിക്കുന്ന അതിസുന്ദരിയായ ഒരു യുവതിയും അവളുടെ അമ്മയുമാണ് ഓട്ടോറിക്ഷയിലെ യാത്രക്കാർ. ജ്വാലയുടെ സൗന്ദര്യമുള്ളവരാണ് അമ്മ. മദ്ധ്യവയസ്ക. ഡ്രൈവിംഗ്മിററിലൂടെ ഡ്രൈവർ ഇടയ്ക്കിടെ പിൻസീറ്റിലേക്ക് ഒളികണ്ണിടുന്നത് അമ്മയോ മകളോ കാണുകയുണ്ടായില്ല. വസ്ത്രത്തിന്റെ ഇടുക്കത്തിൽനിന്ന് പുറത്തുചാടാൻ വെമ്പുന്ന യുവതിയുടെ അംഗലാവണ്യത്തിൽ ഡ്രൈവറുടെ ദൃഷ്ടി ഉടക്കിനൽക്കുന്നു: ഒരു വേള നോട്ടം അമ്മയിലേക്കു തെന്നിമാറുന്നു. അടുത്ത ക്ഷണം നോട്ടത്തിലെ ആഭാസഭാവത്തെക്കുറിച്ച് ബോധവാനായ അയാൾ മിഴികൾ പറിച്ചെടുക്കുന്നു.

എത്ര ദുസ്സഹവും അരോചകവും ആണ് ഈ ഗതാഗതക്കുരുക്കുകൾ...? സുഗമയാത്ര സാദ്ധ്യമാവുന്ന ഒരു നിമിഷമെങ്കിലുമുണ്ടോ ഇപ്പോൾ? കുരുക്കുകളിൽപ്പെട്ടുഴലാൻ വിധിക്കപ്പെട്ട ജന്മത്തെ എന്നപോലെ അശാന്തവും അതൃപ്തവും ആയ മനസ്സോടെ അതിനെ സഹ്യമാക്കാൻ യത്നിക്കുകയാണ് ആളുകൾ.

വിസിൽ മുഴക്കിക്കൊണ്ട് ഒരു ട്രാഫിക്ക് പോലീസുകാരൻ കുരുക്കഴിക്കാൻ പാടുപെടുന്നു. വാഹനങ്ങൾ സാവധാനം ചലിച്ചുതുടങ്ങി. നെറ്റിയിലും മൂക്കിൻതുമ്പിലും പൊടിഞ്ഞുനിൽക്കുന്ന വേർപ്പുകണങ്ങൾ ഒപ്പിക്കൊണ്ട് അമ്മ ആത്മഗതമായി പറഞ്ഞു: 'ദൈവമേ, രക്ഷ.'

എന്നിട്ട് അവർ മകളെ വാത്സല്യപൂർവ്വം നോക്കി. അവൾ ഒന്നും അറിയുന്നുണ്ടായിരുന്നില്ല. അവൾ ഒരു റൊമാന്റിക് കഥയിലെ മധുരം നുണയുകയാണ്. മനസ്സ് റബ്ബർ മരങ്ങൾക്കിടയിൽ പ്രേമഗാനം പാടി നീങ്ങുന്ന നായികാനായകന്മാരോടൊപ്പം സഞ്ചരിക്കുകയാണ്. ഡ്രൈവർ കണ്ണാടിയിലൂടെ നോക്കി ജാള്യം നിറഞ്ഞ ഒരു പുഞ്ചിരി തൂവിയത് അമ്മയും കാണുകയുണ്ടായില്ല.

കുരുക്കിൽ നിന്നൊഴിഞ്ഞ ഓട്ടോറിക്ഷ, എയർകണ്ടീഷൻ ചെയ്ത ഒരു മെഡിക്കൽ ഷാപ്പിനുമുന്നിൽ ബ്രെയിക്കിടുന്നു. കാത്തുനിൽക്കാൻ നിർദ്ദേശം കൊടുത്തിട്ട് മദ്ധ്യവയസ്ക പുറത്തിറങ്ങി.

'സുമം നീ വരുന്നില്ലേ?'

പുസ്തകത്തിൽനിന്ന് കണ്ണ് പറിച്ചെടുത്ത് ചുറ്റും കണ്ണോടിച്ചിട്ട് യുവതി പറഞ്ഞു: 'ഇല്ല.'

അവൾ വീണ്ടും റബ്ബർ മരങ്ങൾക്കിടയിലേക്കിറങ്ങി. പ്രണയസല്ലാപം നടത്തുന്ന നായികാനായകന്മാർ. മാംസദാഹം പൂണ്ട വില്ലന്റെ കണ്ണുകൾ നായികയുടെ മേനി അഴകിൽ പതിഞ്ഞു നിൽക്കുന്നു. റബ്ബർ എസ്റ്റേറ്റിനരികിൽ മാനത്തിന്റെ കമാനംപോലെയുള്ള പച്ചപ്പട്ടണിഞ്ഞ കുന്നിൻ ചരിവിലും അതിന് വെള്ളിക്കസവ് ചാർത്തിക്കൊണ്ട് താഴോട്ടൊഴുകുന്ന നീർച്ചോലയിലും മനസ്സ് അഭിരമിക്കുകയാണ്.

മെഡിക്കൽ ഷോപ്പിന്റെ ചില്ലുവാതിൽ വലിച്ചുതുറന്ന് മദ്ധ്യവയസ്ക അകത്ത് കയറി. മരുന്നിന് കാത്തുനിൽക്കുന്നവരെ വകഞ്ഞുമാറ്റി, കൗണ്ടറിലെ ചെറുപ്പക്കാരനെ കുറിപ്പ് ഏല്പിച്ചു. ആശ്വാസത്തോടെ അവർ ഓട്ടോറിക്ഷയ്ക്കു നേരെ നോട്ടമയച്ചു. ഒരു പോലീസുകാരൻ മുന്നോട്ട് കൈചൂണ്ടിക്കൊണ്ട് ഡ്രൈവർക്ക് എന്തോ നിർദ്ദേശം കൊടുക്കുന്നതാണ് അവർ കണ്ടത്. ഡ്രൈവർ മരുന്നു ഷാപ്പ് ചൂണ്ടിക്കാണിച്ച് മറുപടി പറയുന്നു. പോലീസുകാരൻ വഴങ്ങുന്നില്ല. വണ്ടി സ്റ്റാർട്ട് ചെയ്ത് മുന്നോട്ടെടുക്കുന്നതിനിടയിൽ ഡ്രൈവർ കൈയുയർത്തി എന്തോ പറഞ്ഞത് അവർക്കു വ്യക്തമായില്ല. മകൾ ഇതൊന്നും അറിയുകയുണ്ടായില്ല. അവൾ കഥയിൽ മുഴുകിപ്പോയിരുന്നു.

വാതിൽ തള്ളിത്തുറന്ന് അവർ പുറത്തിറങ്ങുമ്പോഴേക്ക് ഓട്ടോറിക്ഷ തിരക്കിന്റെ പ്രളയത്തിൽ മുങ്ങിപ്പോവുകയും ദൃഷ്ടിപഥത്തിൽ നിന്ന് മറയുകയും ചെയ്തിരുന്നു. നിരന്നു നീങ്ങുന്ന വാഹനക്കൂട്ടത്തിൽ താൻ സഞ്ചരിച്ച ഓട്ടോറിക്ഷ ഏതായിരുന്നുവെന്ന് അവർക്ക് തിരിച്ചറിയാനായില്ല. ധൃതിപിടിച്ചു നടന്നു നീങ്ങുന്ന കാൽനടക്കാർ. ചിലർ റോഡു മുറിച്ചു കടക്കാൻ യത്നിക്കുന്നു. ഓട്ടോറിക്ഷ പോയ വഴിയിലേക്ക് അമ്മ ഉദ്വേഗത്തോടെ നോക്കിനിൽക്കുന്നു. ഉടലാകെ ഒരു വിറയൽ ബാധിക്കുന്നു.

അമ്മയുടെ മനോമണ്ഡലത്തിലൂടെ ഒരു മിന്നൽപ്പിണർ പായുന്നു. അത്, പട്ടണത്തിലെ നിഗൂഢവും അതിസങ്കീർണ്ണവും ആയ വഴികളെക്കുറിച്ചുള്ള ബോധം ആവാഹിച്ചുകൊണ്ടു വരുന്നു. അത് കിടിലമായി മാറുന്നു. അനേകം കൈവഴികളിലൂടെ അധോലോകത്തിലെത്തിച്ചേരുന്ന പാതകൾ. മുകളിൽ കണ്ണഞ്ചിപ്പിക്കുന്ന വശ്യത. അഴുക്കുചാലിനെ മൂടിനിൽക്കുന്ന അലംകൃതമായ പൂന്തോട്ടങ്ങൾ. പുല്ല് വെച്ചുപിടിപ്പിച്ചതും ഉരുളൻ കല്ലുകൾ പാവിയതുമായ നടപ്പാതകൾ. കൂൾബാറുകൾ, കോഫീഹൗസുകൾ. അവയിൽ നിന്നൊക്കെ പാതാളലോകത്തിലേക്ക് തുറക്കപ്പെടുന്ന അനേകം വാതിലുകൾ, ചതുപ്പുനിലങ്ങൾ. കരകയറാനാവാത്ത വണ്ണം അഗാധമായ ചതിക്കുഴികൾ.

ദൈവമേ, എന്റെ മോൾ–

അവരുടെ അന്തരാളത്തിൽനിന്ന് അസഹ്യമായ ഒരു തേങ്ങലുയർന്നു. ഉറവ പൊട്ടിയൊലിക്കുന്ന കണ്ണുനീരിൽ കാഴ്ച മങ്ങുന്നു. സർവ്വസ്വവും നഷ്ടപ്പെട്ടവളെപ്പോലെ അമ്മ നെഞ്ചത്തടിച്ച് നിലവിളിച്ചു.

'എന്റെ മോൾ.... ആ ദുഷ്ടൻ എന്റെ മോളെ....'

ആളുകൾ ഓടിയടുക്കുന്നു.

'എന്താണ്...?'

'എന്തുപറ്റി....?'

'ഒരു ഓട്ടോറിക്ഷക്കാരൻ എന്റെ മോളെ....'

അവരുടെ വാക്കുകൾ ഗദ്ഗദത്തിൽ പെട്ട് ചതഞ്ഞു. അവർക്ക് തുടരാനായില്ല. വാക്കുകൾ തൊണ്ടയിൽ കുടുങ്ങിക്കിടക്കുന്നു. കണ്ണീരിന്റെ മറ കാഴ്ചയെ തടസ്സപ്പെടുത്തുന്നു. അവർ ഒരു വിധം കാര്യം ധരിപ്പിച്ചു.

'അതാ ആ വഴിക്ക്-'

'നേരോ...?'

അവർ ചൂണ്ടിയ ദിശയിലേക്ക് ചിലർ ഓടിപ്പോവുന്നു.

അവരുടെ മനസ്സിൽ ചിത്രങ്ങൾ നിറംവെച്ചു തെളിയുന്നു. അനേകം ശാഖകളുള്ള, കൂടിപ്പിണഞ്ഞ പാതകൾ. ചതിക്കുഴികളിലേക്ക് കൈപിടിച്ചാനയിക്കുന്ന ചിരിതൂവുന്ന മുഖങ്ങൾ.

വഴിതെറ്റുന്ന യാമങ്ങൾ....

സൗഹൃദത്തിന്റെ നനുത്ത വിരൽസ്പർശം. ശശികല. വാചാലമാവുന്ന ദിനങ്ങൾ. അനാവരണം ചെയ്യപ്പെടുന്ന സ്നേഹസാന്ത്വനങ്ങളുടെ ആകാശം. കോഫീഹൗസുകളിലും കൂൾബാറുകളിലും വളർന്ന്, പടർന്നു കയറുന്ന ബന്ധം. ആശങ്കകൾ പറന്നകലുന്നു.

ശശികല സൽക്കരിച്ച ഒരു വാനില ഐസ്ക്രീം. അഭിമുഖമായി ഐസ്ക്രീം നുണയുന്ന സ്നേഹിത. എന്താണ് സംഭവിക്കുന്നത്? തല കറങ്ങുന്നു. ഭൂമി കീഴ്മേൽ മറിയുന്നു.

ബോധചക്രം തിരിഞ്ഞെത്തുമ്പോൾ കൂൾബാറിലെ അകമുറിയിൽ തളർന്നുകിടക്കുകയാണ്. ചവിട്ടിക്കുഴച്ചിട്ട ഭൂമി. ചിതറിക്കിടക്കുന്ന വളപ്പൊട്ടുകൾ. ചതഞ്ഞ മുല്ലപ്പൂക്കൾ. ഒരു തീരാക്കളങ്കം പോലെ ആകാശത്ത് കനം തൂങ്ങിനിൽക്കുന്ന കാർമേഘം.

വാതിൽ തള്ളിത്തുറന്നു വന്ന ശശികല പറയുന്നു.

'കൊച്ചുകള്ളീ, നീ ഭാഗ്യവതിയാണ്. നാട്ടിലെ ഏറ്റവും വലിയ പണക്കാരനാണ്. 'രാഷ്ട്രീയരംഗത്തെ കിംഗ്മേക്കർ.'

'ഛെ' സകലനിയന്ത്രണവും വിട്ടുപോയി. ശശികലച്ചേച്ചീ നിങ്ങൾ... നിങ്ങൾ...'

കണ്ണീർ അടക്കാനായില്ല. തുടർന്നെന്തെങ്കിലും പറയാൻ വാക്കുകൾ കിട്ടിയില്ല. പാരാവാരം അകത്ത് അലയിളക്കുന്നുണ്ട്. ഒരക്ഷരം നാവിൻ തുമ്പിലെത്തുന്നില്ല. സഹോദരിയെപ്പോലെ കരുതിയ സ്നേഹിത.

ദൈവമേ....

സാന്ത്വനപ്പെടുത്തിക്കൊണ്ട് ശശികല പറയുന്നു.

'കരയാതെ, എല്ലാം ഗുണത്തിനാണെന്ന് കരുതിക്കോളൂ. ഞാൻ വെറും ഒരു ഉപകരണം മാത്രമാണ് മോളെ.'

വാഗ്ദാനങ്ങളുടെ പ്രവാഹം. അനാവരണം ചെയ്യപ്പെടുന്ന ശാദ്വല തീരത്തിന്റെ ചിത്രണം. സമ്പന്നത തൂവെളിച്ചം തൂവുന്ന പകലുകൾ.

നൂറിന്റെ കുറേ നോട്ടുകൾ കൈവെള്ളയിൽ ബലമായി വച്ചുകൊണ്ട് ശശികല പറയുന്നു.

‘തല്ക്കാലം ഇത് വെച്ചോളൂ. നോക്കൂ, ഭാഗ്യത്തിന്റെ കോണിപ്പടിയിലാണ് നീ കയറി നിൽക്കുന്നതെന്ന കാര്യം മറക്കണ്ട.’

കൈവെള്ളയിൽ പരിഹാസം ചൊരിഞ്ഞു നിൽക്കുന്ന നോട്ടുകൾ.

ശശികലയെ കടിച്ചുകീറാനുള്ള ദേഷ്യമുണ്ട്. എങ്കിലും അകപ്പെട്ടുപോയ ഗർത്തത്തിന്റെ ആഴത്തെക്കുറിച്ചുള്ള ബോധം തളർത്തുന്നു. കുതറിമാറാൻ ശ്രമിക്കുന്തോറും കൂടുതൽ കൂടുതൽ മുറുകുന്ന കെട്ടുകൾ.

നക്ഷത്രഹോട്ടലുകളിലെ ലക്ഷ്വറി സ്യൂട്ടുകൾ, മണിമേടകൾ, ഉല്ലാസകേന്ദ്രങ്ങൾ, ആർക്കൊക്കെയോ തീറെഴുതിക്കൊടുത്ത പകലിരവുകൾ. അജ്ഞാതമായ വഴികളിലൂടെ ആരുടെയോ ആജ്ഞ അനുസരിച്ചുള്ള യാത്ര. റിംഗ് മാസ്റ്റർ നീട്ടിക്കാണിക്കുന്ന വളയത്തിലൂടെ ചാടിക്കടക്കാൻ വിധിക്കപ്പെട്ട ജന്തു.

ദൈവമേ-

എന്റെ മോൾ-

പതിയിരിക്കുന്ന ഹിംസ്രജന്തുക്കൾ. വാരിക്കുഴികൾ

കണ്ണീരൊലിപ്പിച്ച് ഒരു ഭ്രാന്തിയെപ്പോലെ നിൽക്കുന്ന മദ്ധ്യവയസ്കയെ അനുതാപത്തോടെ ആളുകൾ നോക്കിനിൽക്കുന്നുണ്ട്. ഒരു പോലീസുകാരൻ അടുത്ത് വന്നിട്ട് ചോദിച്ചു:

‘എന്താ....? എന്തുപറ്റി...?’

ആളുകൾ കാര്യം ധരിപ്പിച്ചു.

‘നിങ്ങൾ സമാധാനിക്കിൻ. നമുക്ക് കണ്ടുപിടിക്കാം.’ പോലീസുകാരൻ അമ്മയെ സമാധാനിപ്പിച്ചു.

ഓട്ടോറിക്ഷ തേടിപ്പോയവർ തിരിച്ചുവന്നു. അവർ പറഞ്ഞു:

‘നിങ്ങളുടെ മകളെ ആരും തട്ടിക്കൊണ്ടുപോയിട്ടില്ല. ഇവിടെ പാർക്കു ചെയ്യാൻ പാടില്ലാത്തതിനാൽ വണ്ടി കുറച്ചു മുമ്പോട്ട് നീക്കിയിട്ടതാണ്. പേടിക്കണ്ട. നിങ്ങളുടെ മകൾ ഇങ്ങോട്ടു വരുന്നുണ്ട്.’

അമ്മയുടെ മനസ്സിൽ കുളിരുവീഴുന്നു. ഗാന്ധിസ്ക്വയറിൽ വിരിഞ്ഞുനിൽക്കുന്ന പൂക്കളെ പുണർന്നെത്തിയ ഒരു ഇളംകാറ്റ് അവരെ തഴുകി കടന്നുപോയി.

ദൈവമേ സ്തുതി.

നടന്നടുക്കുന്ന മകളെ കണ്ടപ്പോൾ അവരുടെ മനസ്സിൽ ആഹ്ലാദം പെയ്തിറങ്ങി.

എന്താണ് ഒരു ആരവം കേൾക്കുന്നത്? മകളുടെ പിന്നിൽ എന്താണ്?

മകളുടെ അടുത്തേക്ക് ഓടിയെത്താൻ ശ്രമിക്കുന്ന ശശികല. അവൾക്കൊപ്പം പൊയ്മുഖമണിഞ്ഞ നിരവധി ആളുകൾ. മുഖംമൂടി സംഘം പ്രാകൃതമായ ചുവടുകളോടെ നൃത്തം ചവിട്ടുന്നു. ആർത്തട്ടഹസിക്കുന്നു. മുഖംമൂടികൾക്കുള്ളിൽ ചുവന്നു തുടുത്ത കണ്ണുകൾ തിളങ്ങുന്നു. അവരുടെ ബലിഷ്ഠവും രോമാവൃതവുമായ കൈകൾ മകളുടെ നേർക്ക് നീണ്ടുവരുന്നത് ഒരു ഞെട്ടലോടെ അവർ കണ്ടു. 'മോളെ, എന്റെ പൊന്നുമോളെ....'

വെപ്രാളത്തോടെ അമ്മ മകളെ തന്നിലേക്ക് വലിച്ചടുപ്പിച്ച് മാറോട് ചേർത്തു.

●

# അന്ത്രു ഔലിയയുടെ കറാമത്തുകൾ

**അ**സൈനാരുട്ടി തരികിടയാണ്. പറ്റിച്ചും കൺമറിച്ചും ആണ് അയാൾ ഇത്രയും നാൾ കാലം കഴിച്ചത്. ആ വിദ്യയിൽ ഒരു ജീനിയസ്സ്. അയാളെ ശരിക്കറിയാവുന്നവർപോലും ചതിക്കുഴിയിൽ വീണുപോവുന്നു. ഒരാളെ ത്തന്നെ പലതവണ വെട്ടിൽ വീഴ്ത്താനും അയാൾക്കറിയാം. അതാണ് അയാളുടെ മിടുക്ക്.

അങ്ങനെയുള്ള അസൈനാരുട്ടിയെ മറ്റൊരാൾ പറ്റിച്ചു എന്നു പറ ഞ്ഞാലോ? ആർക്കാണത് വിശ്വസിക്കാനാവുക? സംഗതി നേരാണ്. അസൈനാരുട്ടിയുടെ സന്തതസഹചാരിയും ശിഷ്യനും ആയ ലാച്ചാറ മ്മദ് അയാളെ വെട്ടിൽ വീഴ്ത്തിയിരിക്കുന്നു! തുടർന്ന് അസൈനാരുട്ടി നാട്ടിൽനിന്ന് അപ്രത്യക്ഷനാവുകയും ചെയ്തിരിക്കുന്നു.

നാടെങ്ങും കേളിയുള്ള കാരക്കാട്ടെ അന്ത്രു ഔലിയയെയാണ്[1] അസൈനാരുട്ടി അവസാനമായി വീഴ്ത്തിയത്. ഔലിയയുടെ കറാമത്താണ്[2] അസൈനാരുട്ടിയുടെ പതനത്തിനു കാരണമെന്നാണ് ഇപ്പോൾ ജന സംസാരം.

അത് റജബ് പതിന്നാലിനാണ്. അന്നായിരുന്നല്ലൊ കൊയിലാണ്ടി യിലെ പൂക്കോയ തങ്ങളുടെ മകളുടെ നിക്കാഹ്. ഒരു ഉറൂസ്[3] പോലെ നാടെങ്ങും പറഞ്ഞുകഴിച്ച കല്യാണം.

'മംഗലത്തിന് പോകണ്ടെ?' അസൈനാരുട്ടി അമ്മദിനോടാരാഞ്ഞു: 'ഇന്റേടത്ത്[4] ബസ്സിന് പയിസണ്ടോ? എന്റെ കയ്യിലൊന്നുംല്ല.'

'ഒരു പത്തുപന്ത്രണ്ടണയ്ണ്ടാവും.'

'അണയോ? ആ കണക്ക് പോയിട്ട് പത്തുപന്ത്രണ്ടു കൊല്ലായില്ലെ? ഇപ്പം നയാപൈസന്റെ കണക്കാ.'

'ഒരു മുക്കാൽ ഉറുപ്പിക.'

'അതുകൊണ്ട് പയ്യോളിവരെയല്ലെ എത്തൂ. ഒരു കാര്യം ചെയ്യ്. തല ശ്ശേരി ഭാഗത്തേയ്ക്കുള്ള ബസ്സിൽ കയറിക്കോ. ടിക്കറ്റ് കാരക്കാട്ടേയ്ക്കെ ടുത്തോ. ഒരു കാലിച്ചാക്കും കരുതിക്കോ.'

---

*1. സിദ്ധൻ, 2. അദ്ഭുതസിദ്ധി, 3. ഉത്സവം, 4. നിന്റെയടുക്കൽ*

'കാരക്കാട്ടേക്കോ? കൊയിലാണ്ടീലല്ലേ മംഗലപ്പൂര?'

അമ്മദിന് വിസ്മയം. എന്താണിയാൾ പറയുന്നത്? കൊയിലാണ്ടി തെക്ക്, കാരക്കാട് വടക്കും. വടക്കോട്ടുള്ള ബസ്സിനുപോയാൽ എങ്ങനെ കൊയിലാണ്ടിയിലെത്തും? എന്താണതിന്റെ ഹിക്ക്മത്ത്[5]?

'കാരക്കാട് പോയിവന്നിട്ട് പോകാം മംഗലത്തിന്' അസൈനാരുട്ടി പറഞ്ഞു: 'ആട ഒരു കള്ളൻവന്നു കൂടീട്ട്ണ്ട്.'

'കള്ളനോ?' അമ്മദിന്റെ സ്വരത്തിൽ അതിശയത്തിന്റെ ജ്വാല.

'ഉം. കാരക്കാട്ടെ അന്ത്രുഔലിയ. ഓൻ ആരാന്നാ ഇന്റെ വിചാരം? അസ്സൽ കള്ളൻ. വാണിയമ്പാടി കവർച്ചക്കേസിലെ പിടികിട്ടാപ്പുള്ളി മായനില്ലേ? ഓനാ ഇവ്ട വന്ന് ഔലിയ ചമഞ്ഞുകൂടിരിക്കുന്നത്."

'നേരോ?' അമ്മദിനു വിശ്വസിക്കാനാവുന്നില്ല.

വിളിച്ച വിളിക്കുത്തരം നൽകുന്ന സിദ്ധൻ. ആയിരങ്ങൾക്ക് മാർഗ്ഗദർശനമേകുന്ന ത്വരീഖത്തുള്ള[6] വിശുദ്ധൻ. മർത്തബമാറിയ[7] പുണ്യവാൻ. സർവ്വസംഗപരിത്യാഗി. അയാളുടെ കറാമത്തിന്റെ എത്രയെത്ര കഥകൾ ആളുകൾ പറഞ്ഞുകേട്ടിരിക്കുന്നു! അങ്ങനെയുള്ള അന്ത്രുഔലിയ.

കാരക്കാട് സ്രാമ്പിയോട്[8] തൊട്ടുള്ള ചെറ്റയിലും പരിസരത്തും തിരക്കായിരുന്നു അവർ ചെല്ലുമ്പോൾ, ഔലിയയുടെ അനുഗ്രഹത്തിന് ആളുകൾ തിക്കിത്തിരക്കുന്നു. രോഗം ശിഫയാവാൻ[9] തിടുക്കപ്പെടുന്നവർ, റഹ്മത്തും[10] ബർക്കത്തും കൊതിക്കുന്നവർ, സന്താനഭാഗ്യം തേടുന്നവർ, പാപമോചനത്തിനുള്ള ശുപാർശ കാംക്ഷിക്കുന്നവർ.

വിദൂരതയിൽ മിഴിനട്ടിരിക്കുന്ന ഔലിയ. കത്തുന്ന കണ്ണുകൾ. കാറ്റിൽ പാറുന്ന നരച്ച താടി. ഈഞ്ഞിയവേഷം. മുറുക്കിച്ചുവപ്പിച്ച വായ. താടിയിലൂടെ ഒലിച്ചിറങ്ങുന്ന വെറ്റിലടയ്ക്കച്ചാർ. വസ്ത്രങ്ങളിൽ മുറുക്കാൻ കറ. ഔലിയ ഇരിക്കുന്ന മുസല്ലയ്ക്കരുകിൽ[11] ഉലുവാൻകൂട്. ചന്ദനത്തിരികളും ഉലുവാനും പുകയുന്നു. മുന്നിൽ കുമിഞ്ഞുകൂടിയ കാണിക്കകൾ. അരി, പൊതിച്ച തേങ്ങകൾ, പൂവൻകോഴികൾ, ഒരു വട്ടിനിറയെ നോട്ടുകളും നാണയത്തുട്ടുകളും.

ഔലിയ ഇടയ്ക്കിടെ അസ്പഷ്ടമായ ചില ആംഗ്യങ്ങൾ കാണിക്കുന്നു. തലയാട്ടുന്നു. ഇടയ്ക്ക് വെറുതെ ചിരിക്കുന്നു. തന്റെ ഇരിപ്പിടത്തിനടുത്തുള്ള വട്ടിയിൽനിന്ന് ഒരു നുള്ള് ഭസ്മമെടുത്ത് സിയാറത്തുകാർക്ക്[12] കൊടുക്കുന്നു. മന്ത്രിപ്പിക്കാൻ കൊണ്ടുവന്ന കറുപ്പുനൂൽ കുറേ

---

*5. വിദ്യ, 6. ദൈവസന്നിധിയിലേയ്ക്കുള്ള വഴി (സൂഫികളുടെ മാർഗ്ഗം), 7. അവസ്ഥ, 8.വെള്ളിയാഴ്ചയിലെ കൂട്ടപ്രാർത്ഥന നടക്കാത്ത ചെറിയതരം പ്രാർത്ഥനാലയം, 9. ശാന്തി, 10. ദൈവകാരുണ്യവും പൊലിമയും, 11. നമസ്കാരപ്പടം, 12. സന്ദർശകർ*

നേരം കൈയിൽവെച്ചിട്ട് തിരിച്ചുനൽകുന്നു. അവ ആദരവോടെ ഏറ്റുവാങ്ങി; കാണിക്കയർപ്പിച്ച് തെളിഞ്ഞ മനസ്സോടെ ആളുകൾ പിൻവാങ്ങുന്നു.

'ഇതെന്താ കഥ! എന്താ ഓറ ഇങ്ങനെ പൊതിഞ്ഞുനിൽക്കുന്നത്? കാറ്റ്കിട്ട്വോ?' ചെന്നുകയറിയപാടെ അസൈനാരുട്ടി പറഞ്ഞു: 'ഉം.... എല്ലാരും വരിവരിയായി നിക്കീൻ. ഓരോരുത്തരായി വന്ന് ഔലിയാനെ കണ്ട് പൊരുത്തം വാങ്ങിച്ചോളീൻ.'

ആത്മഗതമെന്നോണം അയാൾ കൂട്ടിച്ചേർത്തു: 'എന്റെ കണ്ണൊന്ന് തെറ്റുമ്പളേക്കുള്ളോരെടങ്ങാറ്'

പിന്നെ അയാൾ ഔലിയയുടെ അടുത്ത്ചെന്ന് ചെവിട്ടിൽ എന്തോ കുശുകുശുത്തു. ഔലിയ അന്ധാളിപ്പോടെ അസൈനാരുട്ടിയെ നോക്കുന്നു.

അയാൾ ഔലിയയുടെ കാര്യമായ ഒരു ഒസീറാ[13]യിരിക്കുമെന്ന് കരുതി ആളുകൾ വരിവരിയായി നിന്നു. തിക്കിത്തിരക്കിയ ഒന്നുരണ്ടുപേരെ അസൈനാരുട്ടി ബലം പ്രയോഗിച്ച് വരിയിൽ കൊണ്ടുപോയി നിർത്തി. വരിതെറ്റാതിരിക്കാൻ അയാൾ ജാഗ്രത പുലർത്തി. ഇടയ്ക്കിടെ ഔലിയയുടെ അടുത്ത് ചെന്ന് സ്വകാര്യം പറഞ്ഞു.

കാണിക്കകൾ ചൂണ്ടി അയാൾ അമ്മദിനോട് പറഞ്ഞു: 'എന്താ ഞ്ഞി കുന്തം വിഴുങ്ങിയമാതിരി നിക്ക്ന്നത്? ഇതൊക്കെ എടുത്ത് അങ്ങ് കൊണ്ട്വോയിവെയ്ക്ക്. വേഗം അരിയും തേങ്ങയും ചാക്കിലാക്ക്."

നേർച്ച കാണുന്ന ഒരു കുട്ടിയുടെ ചേലിൽ അന്തിച്ചുനിൽക്കുകയായിരുന്നു അമ്മദ്. ഒരു കിനാവിലെന്നപോലെ അയാൾ കാണിക്കകൾ വാരി ചാക്കിൽ നിറച്ചു. കോഴികളുടെ കാലുകൾ കൂട്ടിപ്പിടിച്ച് ഒന്നിച്ചുകൂട്ടി അസൈനാരുട്ടി. പിന്നെ തലയിൽക്കെട്ടെടുത്ത് നിലത്ത്വിരിച്ച് വട്ടിയിലെ പണം മുഴുവൻ അതിൽ കൊട്ടി, വട്ടി യഥാസ്ഥാനത്ത് വെച്ചു. മുണ്ട് കൂട്ടിപ്പിടിച്ച് ഒരു കിഴിയാക്കി കെട്ടി. ഔലിയയുടനേരെ തിരിഞ്ഞ് അസൈനാരുട്ടി പറഞ്ഞു: 'എന്നാൽ പറഞ്ഞതുപോലെ ഇതെല്ലാം അങ്ങ് കൊണ്ട്വോയി വെക്കട്ടെ.'

ആളുകളുടെ നേരെ തിരിഞ്ഞ് അയാൾ തുടർന്നു: 'ഈച്ച പൊതീമ്പോലെ പൊതിഞ്ഞ് ഓറ എടങ്ങാറാക്കരുത്. നല്ല അദബില്[14] നിന്നോളീൻ.'

ചാക്കിൻകെട്ട് അമ്മദിന്റെ തലയിൽ ഏറ്റിവെച്ചുകൊടുത്തിട്ട് അസൈനാരുട്ടി പറഞ്ഞു: 'നടക്ക്'

യാത്ര പറയുന്ന മട്ടിൽ ഔലിയയെനോക്കിയിട്ട് അവർ ഇറങ്ങിനടന്നു. ഔലിയയുടെ ജ്വലിക്കുന്ന കണ്ണുകൾ അവരെ പിന്തുടരുന്നു. പൊടിയ

---

*13. കാര്യസ്ഥൻ (മന്ത്രി), 14. അച്ചടക്കത്തോടെ*

ണിഞ്ഞ ചെമ്മൺ നിരത്ത് പിന്നിട്ട് ടാർ റോഡിലേയ്ക്ക് കയറവെ അസൈനാരുട്ടി ചോദിച്ചു:

'ഞാനെന്താ ഔലിയാനോട് പറഞ്ഞതൂന്ന് തിരിഞ്ഞോ ഇനിക്ക്?'

'എന്താ....' അമ്മദിന്റെ സ്വരത്തിൽ വെപ്രാളം.

'ഞ്ഞിമായനാണ്, ഞമ്മക്ക് തിരിഞ്ഞിക്ക്[15]. പക്കേങ്കില്, ഞാനിക്കാര്യം പൊറത്ത് പറയുംന്നിഞ്ഞി പേടിക്കണ്ട. ഒരു കാര്യം. ഞാക്ക് കുറച്ച് പയിസേന്റെ ബുദ്ധിമുട്ടുണ്ട്. അതുകൊണ്ട് ഇന്ന് കിട്ട്യതൊക്കെ ഞാളങ്ങ് കൊണ്ട്വോവും. എനി എന്താ കിട്ടുന്നതൂന്ന്വെച്ചാൽ ഞ്ഞി എടുത്തോ. വലിയ ബുദ്ധിമുട്ട് വരുമ്പോൾ ഞാളെനിയും വരും. അതാ ഞാൻ ഓനോട് സ്വകാര്യം പറഞ്ഞത്.' അയാൾ തുടർന്നു: 'എനക്ക് ഓന തിരിഞ്ഞിക്കീന്ന' വിവരം അറിഞ്ഞത് മുതലാ ഓൻ പന്തംകണ്ട പെരുച്ചായീനെപ്പോലെ ഇരുന്ന് പോയത്.'

സാധനങ്ങൾ അങ്ങാടിയിൽ കൊണ്ടുപോയി വിറ്റ് പണം വീതിച്ചെടുത്ത് അവർ കൊയിലാണ്ടിയിലേയ്ക്ക് ബസ്സ് കയറി.

അന്നുരാത്രി അമ്മദിന് ഉറക്കം വന്നില്ല. തീയിൽ കിടക്കുന്നതുപോലുള്ള അവസ്ഥ. കണ്ണുകൾ ഇറുകെയടച്ചിട്ടും മുന്നിൽ അന്ത്രു ഔലിയയുടെ മുഖം തെളിയുന്നു. തീ പറക്കുന്ന കണ്ണുകൾ. കാറ്റിൽ പാറുന്ന നരച്ച താടി. താടിയിലൂടെ ഒലിച്ചിറങ്ങുന്ന മുറുക്കാൻ ചാറ്. അസ്പഷ്ടമായ അംഗചലനങ്ങൾ. സാന്ദ്രമായുയരുന്ന ഉലുവാൻപുക ഉൾക്കിടിലത്തോടെ അയാൾ പായയിൽ തിരിഞ്ഞും മറിഞ്ഞും കിടന്ന് നേരം വെളുപ്പിച്ചു.

പിറ്റേന്ന് ഫജറുദിക്കുന്ന[16] നേരത്ത് ലാച്ചാറമ്മേദ് ഓടിക്കിതച്ചുകൊണ്ട് അസൈനാരുട്ടിയുടെ പുരയിൽ കയറിച്ചെന്നു, സുബഹ് നിസ്ക്കരിച്ച് ദിക്കറുകൾ[17] ഉരുവിട്ടുകൊണ്ടു മുസല്ലയിൽ ചമ്രം പടിഞ്ഞിരിക്കുകയായിരുന്നു അസൈനാരുട്ടി.

'അസ്സലാമു അലൈക്കും.'

'വ അലൈക്കുമസ്സലാം. എന്താ ഈ പെലർച്ചെ?'

'ഒന്നും പറേണ്ട, സംഗതി ആകെ കൊയപ്പത്തിലാ' കിതപ്പിൽ അമ്മദിന്റെ വാക്കുകൾ മുറിഞ്ഞു: 'ന്റെ പുയ്യാപ്ല സുലൈമാന്ണ്ട് പൊരേല് വന്ന്ക്ക്. ഓനൊരു സ്ഥലം കച്ചോടാക്കീട്ട്ണ്ട്.... ഇന്ന് അതിന്റെ റജിസ്റാ പോലും. അയ്യായിരം ഉറുപ്പ്യേന്റെ കൊറവ്ണ്ട്. അതെങ്ങനേങ്കിലുംണ്ടാക്കി പത്ത് മണീന്റെ മുമ്പ് കൊടുക്കണോംന്നാ ഓൻ പറേന്നത്. മുട്ടിപ്പെറുക്കിയാൽ എന്റേർത്ത് ഒരു മുവ്വായിരം ഉറുപ്പ്യണ്ടാവും. രണ്ടായിരം കൂടി വേണം.'

---

*15. മനസ്സിലായിരിക്കുന്നു, 16. പ്രഭാതകിരണം, 17. സ്തോത്രം*

മടിയിൽനിന്ന് ഒരു കടലാസ്പൊതി എടുത്ത് നിവർത്തിക്കൊണ്ട് അമ്മദ് തുടർന്നു: 'എന്റെ മോളെ വളയും കാതിലയുമാ ഇത്. ഇതിവിടെ വെച്ചിട്ട് രണ്ടായിരം ഉറുപ്പിക എനക്ക് തരണം. ഇന്നലത്തെ പണം കയ്യീന്ന് വിട്ടുപോകുന്നതിനുമുന്നെ ഇങ്ങെത്തണോംന്ന് നിരീച്ചിട്ടാ ഈ അവ്വല്സൊബയിലേക്ക് തന്നെ പുറപ്പെട്ടത്.'

'പണം ഇവിടെണ്ട്. അതിഞ്ഞികൊണ്ടട്' അകം മറച്ചുപിടിച്ചുകൊണ്ട് അസൈനാരുട്ടി പറഞ്ഞു: 'അതിനെന്തിനാ ഒരു ഈട്....? അതും ഞമ്മള് തമ്മില്....?'

'ഇപ്പളത്തെകാലാ. മനിഷന്റെ മനസെപ്പഴാ കോലം മറീന്നതുന്ന് ആർക്കാ പറയാനാവ്വ?' ആഭരണപ്പൊതി അസൈനാരുട്ടിയുടെ കയ്യിൽ ബലമായി വെച്ചുകൊടുത്തിട്ട് അമ്മദ് തുടർന്നു: 'അത് എന്റേട്ത്ത് നിൽക്കുന്നതും ഇങ്ങാളേട്ത്ത് നിൽക്കുന്നതും ഒരു പോലെ തന്ന്യാ. അതി വിടെയിരുന്നോട്ടെ. പണം തിരിച്ചുതരുമ്പോൾ ഞാനിങ്ങ് വാങ്ങിച്ചോളാം.'

'അത് വേണോ....?'

'വേണം' അമ്മദ് തറപ്പിച്ചുപറഞ്ഞു.

അസൈനാരുട്ടിയുടെ കണ്ണുകൾ ആഭരണങ്ങളിൽ തറഞ്ഞു. നാലു വള. ഒരു ജോടി കാതിലയും തൂക്കും. ആറു പവനിൽ കുറയില്ല. ഇതുരു ക്കിയാൽ ഒരു ചെത്തുമാലയ്ക്ക് ബറാബർ. ബിയ്യാത്തു ഒരു ചെത്തു മാല വേണമെന്നു പറയാൻ തുടങ്ങിയിട്ട് നാളേറെയായി. നല്ല കണി. അയാളുടെ അകത്ത് ആഹ്ലാദത്തിന്റെ പൂത്തിരി.

അസൈനാരുട്ടി ആഭരണങ്ങൾ അകത്തുകൊണ്ടുപോയിവെച്ചു. രണ്ടാ യിരം ഉറുപ്പിക എണ്ണി അമ്മദിനു കൊടുത്തു.

പണം അരപ്പട്ടയിൽ തിരുകി അമ്മദ് സലാം പറഞ്ഞു പിരിഞ്ഞു. അയാൾ നേരെ പോയത് കാരക്കോട്ടക്കായിരുന്നു എന്നാണ് ആളുകൾ പറയുന്നത്.

അമ്മദ് ഇറങ്ങിയ ഉടനെ ആഭരണപ്പൊതിയുമെടുത്ത് അസൈനാരുട്ടി തട്ടാൻ ചന്തുവിന്റെ വീട്ടിലേയ്ക്കു ഓടി.

ആഭരണങ്ങൾ തിരിച്ചും മറിച്ചും നോക്കിയിട്ട് ചന്തു ചോദിച്ചു: 'ഇതെ ന്തിനാ മാപ്ലേ.'

'ഇതുരുക്കിയിട്ട് ഞമ്മളെ ബീടർക്ക് ഒരു ചെത്തുമാലണ്ടാക്കിത്തരണം.'

ചന്തു ആഭരണങ്ങൾ ഓരോന്നായി ഉരകല്ലിൽ ഉരച്ചുനോക്കി. അയാ ളുടെ ചുണ്ടിൽ ചിരി പൊട്ടുന്നു.

'ഇതൊന്നും പൊന്നല്ലാന്ന്.'

‘ങേ.’ അസൈനാരുട്ടിയുടെ നാഡികൾ തളരുന്നു.

‘ഇപ്പോൾ ഇറങ്ങിയ ഒരു സാധനമില്ലേ? എന്താണപ്പാ അതിന്റെ പേര്? ങാ– ഇമിറ്റേഷൻ ഗോൾഡ്. സാക്ഷാൽ മുക്കുപണ്ടം. തിരിഞ്ഞോ ഇങ്ങക്ക്?’

അയാൾ തുടർന്ന് പറയുന്നതൊന്നും കേൾക്കാൻ നിൽക്കാതെ ആഭരണങ്ങൾ റാഞ്ചിയെടുത്ത് അസൈനാരുട്ടി ഇറങ്ങി നടന്നു. മനസ്സിൽ അരിശവും സങ്കടവും കൂടിക്കലർന്ന് നീറുന്നു. വഴി എങ്ങോട്ടെന്നില്ലാതെ നീളുന്നു.

അതിൽപ്പിന്നെ അസൈനാരുട്ടിയെ ആരും എങ്ങും കണ്ടിട്ടില്ല. എന്താണ് അയാൾക്ക് സംഭവിച്ചത്? അയാളുടെ തിരോധാനത്തിനു പിന്നിൽ അന്ത്രു ഔലിയയുടെ കറാമത്താണെന്ന ജനസംസാരം വാസ്തവം തന്നെയാണോ?

●

# ബോംബ്

മുനിയാണ്ടിക്ക് ഇനിയും ബോധം തെളിഞ്ഞിട്ടില്ല. മേലാസകലം ബേന്റേജ് പൊതിഞ്ഞ് ഒരു പഞ്ഞിക്കെട്ടുപോലെ അവൻ കിടക്കുകയാണ്. നെഞ്ചിൻകൂട് ഉയർന്നുതാഴുന്നത് സൂക്ഷിച്ചുനോക്കിയാൽ കാണാം. അവന്റെ ആ കിടപ്പ് നോക്കിനിൽക്കെ കണ്ണമ്മയുടെ അകതാരിൽ നോവ് അലച്ചു പെയ്തു. കണ്ണുകൾ നനഞ്ഞു. നിശ്ചലമായ ഈ കിടപ്പ് തുടങ്ങിയിട്ട് നേരമെത്രയായി! അവൻ ഒന്ന് കണ്ണ് തുറന്നിരുന്നുവെങ്കിൽ–.

ഒരു നേഴ്സ് ധൃതിയിൽ മുറിയിലേക്ക് കടന്നുവന്ന് സ്റ്റാന്റിൽതൂക്കിയിട്ട ഗ്ലൂക്കോസിന്റെ ഒഴുക്ക് നിയന്ത്രിച്ചു. തുള്ളിതുള്ളിയായി കുപ്പിയിൽ നിന്ന് കുഴലിലേക്ക് വീഴുന്ന ദ്രാവകത്തിന്റെ വേഗത ഇപ്പോൾ അല്പം കൂടിയിട്ടുണ്ട്. മുനിയാണ്ടിയുടെ കൈപ്പത്തിയിന്മേൽ കുത്തിനിർത്തിയ സൂചി ഭദ്രമാണെന്നുറപ്പുവരുത്തിയിട്ട് നേഴ്സ് തിരിച്ചുപോയി. കണ്ണമ്മയ്ക്ക് നേരെ സഹതാപപൂർണ്ണമായ ഒരു നോട്ടമെറിയാൻ അവർ മറന്നില്ല.

വിധി തന്നെ വിടാതെ വേട്ടയാടുകയാണോ? മുനിയാണ്ടിയുടെ അച്ഛൻ കെട്ടിടത്തിനു മുകളിൽ നിന്നു വീണു മരിച്ചിട്ട് ഒരാണ്ട് തികയുന്നതിനു മുന്നെയാണ് മൂത്തമകൻ കാളിമുത്തുവിന്റെ മരണം. പുഴയിൽ കുളിക്കാനിറങ്ങിയ കാളിമുത്തു ചുഴിയിൽപ്പെട്ടുപോയി. സുഹൃത്തുക്കളും ഫയർഫോഴ്സുകാരും ഏറെ പണിപ്പെട്ട് തിരച്ചിൽ നടത്തിയതിനുശേഷമാണ് ജഡം കണ്ടുകിട്ടിയത്. അപ്പോഴേക്ക് മൃതദേഹം വെള്ളം കുടിച്ച് ചീർത്തുപോയിരുന്നു. അതിന്റെ നടുക്കം മാറുംമുന്നെ ഇതാ ഇളയവൻ.

ആണ്ടവനേ–

മുനിയാണ്ടി ഒന്നു പിടഞ്ഞു. ദേഹമാസകലം ഒടിഞ്ഞു നുറുങ്ങുന്നത് പോലുള്ള വേദനയും ബേന്റേജിന്റെ ഇറുക്കവും അവന് വല്ലാതെ അലോസരമാവുന്നുണ്ടാവണം. മകന്റെ അവസ്ഥയെക്കുറിച്ചുള്ള ചിന്ത മനസ്സിൽ നീറ്റലുളവാക്കുന്നു. തല വിങ്ങുന്നു.

ഇനി പഴയ ഓജസ്സ് തന്റെ കുഞ്ഞിന് കിട്ടുമോ? ചിതറിപ്പോയ കൈപ്പത്തിയും കവിളും. തകരച്ചീളുകൾ തറഞ്ഞു കയറിയ ഇടതു കണ്ണ്. കൊത്തിത്തറിച്ചത്പോലുള്ള ദേഹം. കണ്ണമ്മയ്ക്ക് സഹിക്കാനാവുന്നില്ല.

എന്റെ കടവുളേ-

ദേശം വല്ലാതെ മാറിപ്പോയിരിക്കുന്നു. ഇവിടെ എന്തൊരു സ്വച്ഛതയായിരുന്നു! മുൻപൊന്നും കലഹമോ സംഘട്ടനമോ ഉണ്ടായതായി ഓർക്കുന്നില്ല. പരസ്പരം സ്നേഹിച്ചും സഹകരിച്ചും കഴിഞ്ഞുപോന്ന ആളുകൾ. താൻ ദേശത്തെത്തിപ്പെട്ട കാലം മനസ്സിൽ പീലി വിടർത്തുന്നു. ഇന്ന് വഴക്കൊഴിഞ്ഞ ഏതെങ്കിലും ഒരു ദിവസമുണ്ടോ? ആരെയെങ്കിലും അരിഞ്ഞു വീഴ്ത്താതെ അവരിന്നുറങ്ങാറുണ്ടോ?

ദേശത്തിന്റെ മുഖച്ഛായയും വല്ലാതെ മാറിപ്പോയിരിക്കുന്നു. ചെമ്മൺ നിരത്തുകളും ഊടുവഴികളും ഓർമ്മ മാത്രമായി. ടാറിന്റെ കരിമ്പടമണിഞ്ഞ നിരത്തുകളിലൂടെ വാഹനങ്ങൾ ചീറിപ്പായുന്നു. അവയ്ക്കരികിൽ പഴഞ്ചാക്കുകളും പ്ലാസ്റ്റിക് ഷീറ്റുകളും ചേർത്തുവെച്ചുണ്ടാക്കിയ നാടോടികളുടെ കുടിലുകൾ. റോഡിനരികുപറ്റി സമാന്തരമായി നീളുന്ന ഇലക്ട്രിക്ക് ലൈനും ടെലിഫോൺ കമ്പികളും നിരന്നു നിൽക്കുന്ന തീപ്പെട്ടിക്കൂടുപോലുള്ള ഹൗസിംഗ്കോളനികൾ. വാർപ്പുവീടുകൾ. വീടുകൾക്കു മുകളിൽ ഉയർന്നുനിൽക്കുന്ന ആന്റിനകൾ. ഓലമേഞ്ഞ ഒരു പുരപോലും ഇന്നില്ല. ഓടിട്ട വീടുകളും അപ്രത്യക്ഷമാവുന്നു.

മാലിന്യങ്ങൾ കൂട്ടിയിടുന്ന വീപ്പകൾക്കരികിലും നിരത്തുകളുടെ ഓരത്തും തൊടികളിലും അന്നത്തിനുള്ള വക തേടുന്നവർ ദേശത്തുകാർക്ക് ഇതേവരെ അലോസരമായിട്ടില്ല. ദേശവാസികൾ തമ്മിലുണ്ടാവാറുള്ള തർക്കങ്ങളിലൊന്നും തങ്ങൾക്ക് യാതൊരു താത്പര്യവുമില്ല. പക്ഷം പിടിച്ചിട്ടുമില്ല. പക്ഷേ, അവരങ്ങനെ തമ്മിൽ തല്ലാൻ തുടങ്ങിയാലോ?

പരസ്പരം പോരടിക്കുന്നവരാണെങ്കിലും ദേശവാസികളെ തനിക്ക് വെറുക്കാൻ കഴിയുകയില്ലെന്ന് കണ്ണമ്മ തിരിച്ചറിയുന്നു. സ്വന്തം മക്കളെപ്പോലെ, സഹോദരങ്ങളെപ്പോലെ അവർ മനസ്സിൽ നിറഞ്ഞുനിൽക്കുന്നു. സ്നേഹം മധുരപ്രസാദമായി തങ്ങിനിൽക്കുന്നു.

തകരപ്പാട്ടകളും പ്ലാസ്റ്റിക് ഡബ്ബകളും ലോഹക്കഷണങ്ങളും പരതിയെടുത്ത് ചുമലിലെ ചാക്കിൽ നിക്ഷേപിച്ച് നിരത്തായ നിരത്തുമുഴുവൻ നടന്നു നീങ്ങുന്നവർ. ഉപയോഗം കഴിഞ്ഞ് വലിച്ചെറിഞ്ഞ സാധനങ്ങൾ തേടി തൊടികളിൽ കയറിയിറങ്ങുന്നവർ. നാട്ടുകാരുടെ കക്ഷിവഴക്കുകളിൽ അവർക്കെന്തു കാര്യം?

ഏതെങ്കിലും വീട്ടുകാർ കനിഞ്ഞു നൽകുന്ന കഞ്ഞിയോ ഒരു പിടി വറ്റോ കൊണ്ട് വിശപ്പടക്കുന്ന ഉച്ചകൾ. രാഘവക്കുറുപ്പിന്റെ ഹോട്ടലിൽ ചോറ് ബാക്കിയാവുന്ന ദിനങ്ങളിൽ കുശാലാണ്. വയർ നിറച്ചുണ്ണുന്നത് അപ്പോഴാണ്. ബാക്കി വരുന്ന വിഭവങ്ങൾ വാഴയിലയിൽ പൊതിഞ്ഞ് കെട്ടി ഏല്പിച്ചുകൊണ്ട് പറയും. 'പോയി സാപ്പിടമ്മാ.'

ചിലർ മുനിയാണ്ടിയെ കൊണ്ട് ചില്ലറ ജോലികളൊക്കെ ചെയ്യിക്കും. വിറകിൻ കഷണം കീറുക. ചെറിയ ചുമടെടുത്ത് എത്തിക്കുക, അത്യാവശ്യം വേണ്ട സാധനങ്ങൾ കടയിൽ നിന്ന് വാങ്ങിക്കൊടുക്കുക തുടങ്ങി നിസ്സാര ജോലികൾ. പഴയ പ്ലാസ്റ്റിക്ക് ചെരുപ്പുകളോ തുള്ളിനീലത്തിന്റെ കാലിയായ ഡബ്ബകളോ, നാണയത്തുട്ടുകളോ അതിന് പ്രതിഫലമായി കിട്ടും. അത് അവന് അതിയായ സന്തോഷമാവുകയും ചെയ്യും.

മുനിയാണ്ടി ശനിയാഴ്ചകൾക്ക് വേണ്ടി ആഹ്ലാദത്തോടെയാണ് കാത്തിരിക്കുക. അന്ന് അവന് മാട്ടുപ്പൊങ്കൽ ആഘോഷത്തേക്കാൾ സന്തോഷമുള്ള നാളാണ്. അവന്റെ തുള്ളിച്ചാടലും ആഹ്ലാദപ്രകടനങ്ങളും കാണേണ്ടതുതന്നെയാണ്. ശേഖരിച്ചുവെച്ച സാധനങ്ങൾ പട്ടണത്തിൽ കൊണ്ടുപോയി വിൽക്കുന്നത് ശനിയാഴ്ചകളിലാണ്. പണം കിട്ടിക്കഴിഞ്ഞാൽ ഹോട്ടലിൽനിന്ന് വയർ നിറയുവോളം മാട്ടിറച്ചിയും പൊറോട്ടയും കഴിക്കാം. ജയ്ഭാരത് ടാക്കീസിൽനിന്ന് ഒരു സിനിമ കാണാം. തിരിച്ചുവരുന്ന വഴിക്ക് നിലക്കടലയോ, അരിമുറുക്കോ വാങ്ങിക്കൊടുക്കും. സംഗതി കുശാൽ. അവന്റെ പ്രായത്തിലുള്ള ഒരു കുട്ടിക്ക് ആഹ്ലാദത്തിന് അത്രയും മതിയല്ലോ. പിറ്റേന്നുമുതൽ അടുത്ത വില്പന ദിവസത്തിനു വേണ്ടിയുള്ള കാത്തിരിപ്പാണ്.

അടുത്ത കാലത്ത് ദേശത്ത് കുഴപ്പം വല്ലാതെ മൂർച്ഛിച്ചിട്ടുണ്ട്. പുറത്തിറങ്ങി നടക്കാൻ പോലും ഭയമാവുന്നു. അജ്ഞാതനായ ഒരു ശത്രു സദാ പിന്തുടരുന്നതുപോലുള്ള തോന്നൽ. ഒരു കരിയിലയനക്കം പോലും മനസ്സിൽ ഭയത്തിന്റെ കാട്ടുതീ പടർത്തുന്നു. മുനിയാണ്ടി കൺവെട്ടത്തു നിന്നു മാറുമ്പോൾ അങ്കലാപ്പാണ്. അവൻ തിരിച്ചെത്തുന്നതുവരെ മനസ്സിൽ തീയാണ്.

ആളുകൾ ചേരിതിരിഞ്ഞ് പൊരുതുകയാണ്. വെട്ടും കൊലയും നിത്യസംഭവമായി മാറിയിരിക്കുന്നു. ഇടയ്ക്കിടെ ഉണ്ടാവുന്ന ബോംബ് സ്ഫോടനം സ്വൈരം കെടുത്തുന്നു. എതിർപക്ഷത്തെ തറപറ്റിക്കാൻ ഇപ്പോൾ ആളുകൾ ഉപയോഗിക്കുന്ന ആയുധം ബോംബാണ്. ഒരുപക്ഷക്കാർ ഒരാളെ കൊന്നാൽ എതിർപക്ഷക്കാർ അന്നുതന്നെ ഒരെതിരാളിയെ കൊല്ലുന്നു. മറുപക്ഷം വീണ്ടും മറ്റൊരാളെ. എതിരാളി വേറൊരാളെ അങ്ങനെയങ്ങനെ.... എട്ടുംപൊട്ടും തിരിയാത്ത പിഞ്ചുകുഞ്ഞുങ്ങളെ

പ്പോലും അവർ ഹിംസിക്കുന്നു. അസ്നയെന്ന ഒരു പിഞ്ചുബാലികയെ ഇവർ.... ദൈവമേ. ബോംബേറിൽ കാൽപ്പടങ്ങളറ്റുപോയ ആ പൈതൽ.... ഇവർക്ക് ചോര വല്ലാതെ ലഹരി പകരുന്നുണ്ട്. അങ്കക്കലിയോടെ ആളുകൾ പോര് തുടരുകയാണ്.

ഇവർക്കൊക്കെ എന്താണ് പറ്റിപ്പോയത് ദൈവമേ-

പണ്ടൊന്നും ഇങ്ങനെയായിരുന്നില്ലല്ലോ ഇവർ! കണ്ണമ്മയുടെ മാതൃഹൃദയം നോവുന്നു. സമാധാനശ്രമങ്ങളൊന്നും ഫലിക്കാത്ത തരത്തിൽ ആരാണ് ഇവരെ ഇങ്ങനെ വേർതിരിച്ചു നിർത്തുന്നത്? ആരാണ് ചരടുവലി നടത്തുന്നത്? ദേശാതിർത്തികൾക്കപ്പുറത്തുനിന്നാണോ വിനാശത്തിന്റെ നാമ്പുകൾ വരുന്നത്? അതിർത്തി നുഴഞ്ഞുകയറി....?

അടുത്ത ദിവസംവരെ ദേശത്ത് ഭീതിദമായ ഒരു വല്ലാത്ത അവസ്ഥയായിരുന്നുവത്രെ. സ്ഥലത്തില്ലാതിരുന്നതിനാൽ തങ്ങൾക്ക് ഒന്നും നേരിൽ കാണേണ്ടിവന്നില്ല. പതിനാലു ശവങ്ങൾ നാലു ദിവസത്തിനിടയിൽ വീണു. മുനിയാണ്ടിയുടെ അണ്ണൻ കാളിമുത്തുവിന്റെ മരണവാർത്തയറിഞ്ഞ് തങ്ങൾ പൊള്ളാച്ചിയിലേക്ക് പോയ അവസരത്തിലാണ് എല്ലാം നടന്നത്. ലഹളക്കാർ ദേശം അടക്കി വാണ ദിവസങ്ങൾ! കൊലവിളിയുമായി അലറിപ്പായുന്ന അക്രമികൾ. ക്രമേണ നിരത്തുകൾ ജനശൂന്യമായി. അങ്ങാടി നിശ്ചലമായി. കടകൾ തുറക്കാതായി. ജനങ്ങൾ പുറത്തിറങ്ങിയില്ല. വാഹനങ്ങൾ ഓടിയില്ല. പോലീസ് വാഹനങ്ങൾ പോലും ആശങ്കയോടെയാണ് നീങ്ങിയത്. പേടിച്ച് വീട്ടിനകത്തിരുന്നവരെ അക്രമികൾ വലിച്ചു പുറത്തിട്ട് വെട്ടിയും ബോംബെറിഞ്ഞും കൊന്നു. മരണത്തിന്റെ മണം ദേശത്തെ ഗ്രസിച്ചടക്കി. അദൃശ്യനായ എതിരാളി എങ്ങും പതിയിരിക്കുന്ന പ്രതീതി.

മകന്റെ മരണാനന്തരക്രിയകളൊക്കെ കഴിഞ്ഞ് തിരിച്ചെത്തുമ്പോഴേക്ക് എല്ലാം ശാന്തമായിക്കഴിഞ്ഞിരുന്നു. ഭാഗ്യം. മരണസംഖ്യ ഇനിയും വർദ്ധിച്ചുകൂട എന്ന് നിർബന്ധമുള്ള ഒരു ജനപ്രതിനിധിയും ചില ഉന്നതാധികാരികളും ഇടപെട്ടാണത്രെ എല്ലാം ഒതുക്കിത്തീർത്തത്.

രണ്ടു ദിവസത്തേക്ക് പുറത്തിറങ്ങാൻ തന്നെ തോന്നിയില്ല. മൂന്നാം നാൾ പതിവുപോലെ ചാക്കുമെടുത്തിറങ്ങി.

ഏതോ ഒരു തൊടിയിൽനിന്ന് തകരം കൊണ്ടുണ്ടാക്കിയ കാറിന്റെ ആകൃതിയുള്ള ഒരു കളിപ്പാട്ടം മുനിയാണ്ടിക്ക് കിട്ടി. അവൻ അത് കൗതുകത്തോടെ തിരിച്ചുംമറിച്ചും നോക്കുന്നത് കണ്ടപ്പോൾ ദേഷ്യമാണ് തോന്നിയത്. തെല്ല് ഉച്ചത്തിൽ ശകാരിച്ചു. 'വിളയാടാതെടൈ.'

മുനിയാണ്ടി ഉടൻ തന്നെ കളിപ്പാട്ടം ചാക്കിൽ നിക്ഷേപിച്ച് തെരച്ചിൽ തുടർന്നു.

കണ്ണമ്മയുടെ അകതാരിൽ ചിത്രങ്ങൾ തെളിയുന്നു.

താൻ വല്ലാതെ തളർന്നുപോയിരുന്നു. വെയിലിന് വല്ലാത്ത ചൂട്. തൊണ്ട വരളുന്നു. വഴിയരികിലെ ടാപ്പ് ആർത്തിയോടെ തുറന്നു നോക്കി. ഒരിറ്റുവെള്ളമില്ല. രണ്ടോ മൂന്നോ ദിവസം കൂടുമ്പോൾ മാത്രം കിട്ടുന്ന ഒരു അപൂർവ്വ വസ്തുവായിമാറിയിരിക്കുന്നു ഇപ്പോൾ പൈപ്പുവെള്ളം. അതിനെ മാത്രം ആശ്രയിച്ചുകഴിയുന്നവരുടെ കാര്യം 'കഷ്ടം' തന്നെ യാണ്.

പൂക്കളുടെ ചെമ്പട്ടണിഞ്ഞുനിൽക്കുന്ന റോഡരികിലെ വാകമരച്ചോ ട്ടിൽ താൻ തളർന്നിരിക്കെയാണതുണ്ടായത്. മുനിയാണ്ടി ചാക്കിന്റെ കെട്ട ഴിച്ച് തൊടിയിൽ നിന്നുകിട്ടിയ കളിപ്പാട്ടം പുറത്തെടുത്തു. മണ്ണും പൊടിയും തുടച്ച് വൃത്തിയാക്കി. ചരിഞ്ഞുനിൽക്കുന്ന ചക്രങ്ങൾ നേരെ യാക്കി. ഓവുപാലത്തിനുമുകളിൽ ചെന്നിരുന്ന് അവൻ കാറിനെ മുന്നോട്ടു പായിക്കുവാൻ വേണ്ടി വാർപ്പിന്മേൽ ശക്തമായി ഉരസുന്നത് കണ്ടു. ഞൊടിയിടയിലാണ് പിന്നെ എല്ലാം സംഭവിച്ചത്.

ഉഗ്രശബ്ദത്തോടെയുള്ള സ്ഫോടനം. ഭൂമി കിടുകിടുത്തുപോയി. ഓവു പാലം പിളർന്നു. താൻ ഞെട്ടിത്തെറിച്ചുപോയി. ചെവിടടച്ചു പോയി. എന്താണ് സംഭവിക്കുന്നതെന്ന് പോലും മനസ്സിലായില്ല. കാഴ്ചയെ മറച്ചു കൊണ്ടുയരുന്ന പുകയും പൊടിപടലങ്ങളും മുനിയാണ്ടി ദൂരേയ്ക്ക് തെറി ച്ചുവീഴുന്നു. ആണ്ടവനെ എന്റെ മോൻ. അന്തരാളങ്ങളിൽ ആധി പടർന്നു കയറി.

മുനിയാണ്ടിയുടെ ദേഹമാസകലം മുറിവുകൾ പറ്റിയിരിക്കുന്നു. കൈപ്പ ടവും കവിളും ചിതറിപ്പോയി. തകരച്ചീളുകൾ തറഞ്ഞു കയറിയ കണ്ണ്. ചോരയിൽ കുളിച്ച്, ഒരു വാകപ്പൂവ് പോലെ തന്റെ കുഞ്ഞ്.

ഓർമ്മ അകത്ത് കിടിലമുണർത്തുന്നു. ഒന്നും താങ്ങാൻ തനിക്കാവു ന്നില്ലല്ലോ ആണ്ടവനേ....

മുനിയാണ്ടിയുടെ തല ഇളകുന്നു. ബേന്റേജിന്റെ വിടവിലൂടെ കാണുന്ന വലത് കണ്ണും മൂക്കിൻ ദ്വാരങ്ങളും ചുണ്ടും. ചുണ്ട് ഉണങ്ങിവരണ്ടിരി ക്കുന്നു. കണ്ണ് അടഞ്ഞുതന്നെ കിടക്കുന്നു. തുണി ചൂടുവെള്ളത്തിൽ മുക്കി കണ്ണമ്മ മകന്റെ ചുണ്ടുകൾ നനച്ചു.

പാവം കുഞ്ഞ്. കടവുളേ കാപ്പാത്തുങ്കോ.

അനേകം കുതിരകൾ ഒന്നായി ഓടിയടുക്കുന്നത് പോലെയുള്ള ഒച്ച. തോക്കുകൾ നീട്ടിപ്പിടിച്ച് പാഞ്ഞടുക്കുന്ന നിരവധി പോലീസുകാർ. മുനിയാണ്ടിയുടെ ഇരുവശങ്ങളിലുമായി കുറച്ചു പേർ നിലയുറപ്പിച്ചു. ബാക്കിയുള്ളവർ കണ്ണമ്മയെ വലയം ചെയ്യുന്നു. കൈകളിൽ വിലങ്ങുവെക്കുന്നു. എന്തിനാണവരിങ്ങനെ ചെയ്യുന്നതെന്നോ എന്താണ് സംഭവിക്കുന്നതെന്നോ ചിന്തിക്കാൻ പോലും കണ്ണമ്മയ്ക്ക് സാവകാശം കിട്ടിയില്ല. അവരുടെ മുതുകിൽ മുഷ്ടി ചുരുട്ടി ശക്തിയായി ഇടിച്ചുകൊണ്ട് ഇൻസ്പെക്ടർ അലറി: 'നടക്കെടീ, നിന്റെ ബോംബുണ്ടാക്കലൊക്കെ ഇനി സ്റ്റേഷനിൽ ചെന്നിട്ടാവാം.'

എന്റെ ദൈവമേ-

കണ്ണമ്മയുടെ അന്തരാളം പിടഞ്ഞു.

എന്റെ മോൻ-

പോലീസുകാർ കണ്ണമ്മയെ കൂച്ചിപ്പിടിച്ച് വാനിലേക്കെറിഞ്ഞു. സീറ്റിന്റെ കമ്പിയിൽ ചെന്നിടിച്ച് തലപൊട്ടി. ചോര പൊടിഞ്ഞു. അവർ വേദന അറിഞ്ഞില്ല. ബോധമറ്റുകിടക്കുന്ന മകനെക്കുറിച്ചുള്ള വേവലാതിയിൽ മനസ്സ് നീറുകയാണ്.

ഇനി ഇവർ എന്റെ മകനെയും-?

●

# കുഞ്ഞിപ്പരിയയി മുതലാളിയുടെ വിശേഷങ്ങൾ

വിചിത്രവും വ്യത്യസ്തവുമായ സ്വഭാവവിശേഷങ്ങൾക്കുടമയാണ് കേയിക്കൽ കുഞ്ഞിപ്പരിയയി മുതലാളി. പ്രശസ്തമായ തറവാട്ടിൽ, ഐശ്വര്യങ്ങളുടെ മടിത്തട്ടിൽ പിറന്നവൻ. പ്രതാപിയായ കേയിക്കൽ കുഞ്ഞമ്മദ് ഹാജിയുടെ ഏക മകൻ. വ്യവസായ പ്രമാണി.

ആർക്കെങ്കിലും വല്ല ബുദ്ധിമുട്ടും നേരിടുകയാണെങ്കിൽ ജനങ്ങളുടെ മനസ്സിൽ ആദ്യം ഓടിയെത്തിയ പേര് അയാളുടേതായിരുന്നില്ലേ? പത്തു തെങ്ങ് സ്വന്തമായുണ്ടോ? എങ്കിൽ, കുഞ്ഞിപ്പരിയയി മുതലാളിയുടെ ഖജാന വാ തുറക്കും. തീർച്ച. കാര്യം വളരെ നിസ്സാരം. അയാളുടെ ഗുമസ്തൻ കൊമ്മണേരി കുഞ്ഞിക്കണാരക്കുറുപ്പ് എഴുതിയുണ്ടാക്കുന്ന പ്രോനോട്ടിൽ, കുറുപ്പ് ചൂണ്ടിക്കാണിക്കുന്ന സ്ഥലത്ത് ഒരു കൈയൊപ്പിട്ടുകൊടുക്കണം. അത്രതന്നെ. തേങ്ങയ്ക്കുള്ള മാർക്കറ്റ് നിലവാരത്തിന്റെ നാലിലൊന്ന് വിലയേ കിട്ടുകയുള്ളൂവെങ്കിലും തൽക്കാലത്തെ ബുദ്ധിമുട്ട് തീർക്കാൻ അതല്ലാതെ മറ്റെന്ത് വഴിയാണുണ്ടായിരുന്നത്?

കുഞ്ഞിപ്പരിയയിയുടെ ജനനം തൊട്ടാണത്രേ കേയിക്കൽ തറവാട്ടിൽ നിഅ്മത്ത്[1] കുമിഞ്ഞു കൂടാൻ തുടങ്ങിയത്. അതിൽപ്പിന്നെ കുഞ്ഞമ്മദ് ഹാജിക്ക് ഒരിടപാടിലും നഷ്ടം സംഭവിച്ചിട്ടില്ല പോലും! പിന്നെ എല്ലാ കാര്യത്തിലും അയാൾക്ക് പുരോഗതിയായിരുന്നു. അത് മകന്റെ കാല് ബർക്കത്ത്[2] തന്നെയെന്ന് അയാൾ ആത്മാർത്ഥമായി വിശ്വസിക്കുകയും സുഹൃത്തുക്കളോടും ബന്ധുക്കളോടും അക്കാര്യം തുറന്നുപറയുകയും ചെയ്തിരുന്നു. കുഞ്ഞിപ്പരിയയി പിറന്നതിനുശേഷമാണ് താഴങ്ങാടിയിലെ പാണ്ടികശാലയും മൊത്തക്കച്ചവടവും തുടങ്ങിയത്. കുനിപ്പറമ്പുകൾ നാലഞ്ചെണ്ണം തീരുവാങ്ങിയതും വീട് പുതുക്കിപ്പണിതതും അതിൽപിന്നെയാണ്.

'എല്ലാം ഓന്റെ നെസീബ്[3]' അയാൾ പറയുന്നു.

---

*1. ഐശ്വര്യം, 2. കാലുകുത്തിയത് മൂലമുള്ള പൊലിമ, 3. ഭാഗ്യം*

അതുകൊണ്ടുതന്നെ കുഞ്ഞിപ്പരിയയിയുടെ നിർബ്ബന്ധങ്ങൾക്കൊന്നും ബാപ്പ എതിരുനിന്നിട്ടില്ല.

അഞ്ചാംതരം വരെ കോയോട്ടിസീതിയുടെ മദ്രസയിലും അപ്പൂട്ടിക്കുറുപ്പിന്റെ മാപ്പിള സ്കൂളിലുമായി കുഞ്ഞിപ്പരിയയി കഴിച്ചുകൂട്ടി. അഞ്ചാംതരത്തിൽ രണ്ടു തവണ തോറ്റതോടെ കുഞ്ഞിപ്പരിയയിക്ക് തുടർന്ന് പഠിക്കണമെന്ന് തോന്നിയില്ല. ബാപ്പ നിർബ്ബന്ധിക്കാനൊന്നും പോയില്ല. മാത്രമല്ല, പരാതി പറഞ്ഞ കെട്ടിയവളോട് കുഞ്ഞമ്മദ് ഹാജി തട്ടിക്കയറുകയും ചെയ്തു.

'ഓൻ പഠിക്കാൻ പോക്ന്നില്ലേങ്കിൽ നിർബ്ബന്ധിക്കണ്ട. ഓൻ അങ്ങ് പാണ്ട്യേലേൽ പോരട്ടെ. കച്ചോടെല്ലാം കണ്ട് പരിചയിക്കട്ടെ. പഠിച്ചിട്ട് ഓൻ തുക്ക്ടിസായിപ്പാവ്വാനാ?'

പിറ്റേന്നുമുതൽ, ബാപ്പ പാണ്ടികശാലയിലേക്കു പുറപ്പെട്ടു കഴിഞ്ഞാൽ കുളിച്ചൊരുങ്ങി, കഞ്ഞിപ്പശമുക്കിത്തേച്ച് വടിവു വരുത്തിയ ഉടുപ്പുകളെടുത്തണിഞ്ഞ് കത്തലടക്കി[4] തെക്കോട്ടുള്ള എട്ടരയുടെ എക്സ്പ്രസ് വണ്ടിയിൽ കയറി കുഞ്ഞിപ്പരിയയി പട്ടണത്തിൽ വന്നിറങ്ങാൻ തുടങ്ങി. അവൻ വണ്ടിയിറങ്ങുന്നതും കാത്ത് ജട്ക്കക്കാരൻ കുഞ്ഞാമൻ സ്റ്റേഷനിൽ നിൽപുണ്ടാവും. ജട്ക്കയും കുതിരയും കുഞ്ഞമ്മദ് ഹാജിയുടേതാണ്. കുഞ്ഞാമൻ അയാളുടെ കുടികിടപ്പുകാരനും.

കുഞ്ഞിപ്പരിയയി പാണ്ടികശാലയിലെത്തുമ്പോഴേക്ക് കച്ചവടം ചൂട് പിടിച്ചിട്ടുണ്ടാവും. കൊപ്ര തൂക്കി എടുക്കുന്നിടത്തും കളത്തിലും തിരച്ചിൽ തൊഴിലാളികൾക്കിടയിലും ആയി അവൻ ഉച്ചവരെ കഴിച്ചുകൂട്ടുന്നു. മണി ഒന്നടിക്കുമ്പോഴേക്ക് രണ്ടുപേർക്കുള്ള വിഭവസമൃദ്ധമായ ഉച്ചഭക്ഷണവുമായി കുഞ്ഞാമന്റെ ജട്ക്ക പാണ്ടികശാലയുടെ മുന്നിലെത്തും. ബാപ്പയും മകനും പാണ്ടികശാലയിലെ പത്തായപ്പുറത്ത് പടിഞ്ഞിരുന്ന് കുശാലായി ഒജീനം[5] കഴിക്കുന്നു. കാലിയായ പാത്രങ്ങളുമെടുത്ത് കുഞ്ഞാമൻ എത്തുമ്പോഴേക്ക് കുഞ്ഞിപ്പരിയയി വണ്ടിത്തട്ടിൽ കയറി ഇരിപ്പുണ്ടാവും. അവനെ വീട്ടിൽ കൊണ്ടുപോയി വിടുന്നതോടെ കുഞ്ഞാമന്റെ അന്നത്തെ ഡ്യൂട്ടി അവസാനിക്കുന്നു. കുഞ്ഞമ്മദ് ഹാജിയുടെ മടക്കം വൈകുന്നേരം ഏഴരയ്ക്കുള്ള മംഗലാപുരം എക്സ്പ്രസ്സിനാണ്. ഇത് ഒരു പഴയ ചിത്രം.

യുവത്വത്തിലേക്ക് കാലെടുത്തുവെച്ചതോടെ ഭാരിച്ച ഉത്തരവാദിത്തങ്ങളാണ് കുഞ്ഞിപ്പരിയയിയുടെ തലയിൽ വന്നുവീണത്. അയാൾക്ക് പത്തൊൻപതോ ഇരുപതോ വയസ്സ് പ്രായം. പാണ്ടികശാലയിലേക്ക് പോകും വഴി കുഞ്ഞമ്മദ് ഹാജി വണ്ടിത്തട്ടിൽ തല ചുറ്റിവീണു. പൾസ്

---

*4. പ്രാതൽ കഴിച്ച്, 5. ഭക്ഷണം*

പരിശോധിച്ചിട്ട് ഡോക്ടർ പവിത്രൻ പറഞ്ഞു: 'വേഗം മെഡിക്കൽ കോളേജിലേക്കെത്തിച്ചോളീൻ... ഞാൻ കുറിപ്പ് തരാം.'

പക്ഷേ, അവർ മെഡിക്കൽ കോളേജിൽ എത്തിയില്ല, വഴിക്കുവെച്ച് കുഞ്ഞമ്മദ് ഹാജിയുടെ ശ്വാസം എന്നന്നേക്കുമായി നിലച്ചു.

കുഞ്ഞിപ്പരിയയി ആദ്യമൊന്ന് പകച്ചു. ശാഖകളും ഉപശാഖകളും ആയി വളർന്നുനിൽക്കുന്ന കച്ചവടസ്ഥാപനങ്ങൾ. താഴങ്ങാടിയിലും തെരുവത്തും പെരുവാട്ടിൻതാഴയിലും പാണ്ടികശാലകൾ. കണക്കില്ലാത്ത കൊപ്രക്കളങ്ങൾ, എണ്ണമറ്റ പണിക്കാർ. എന്തുചെയ്യും? ഇതെല്ലാം താൻ തനിച്ച് എങ്ങനെ-?

കുഞ്ഞമ്മദ്ഹാജിയുടെ ദുആ[6] ഇരക്കൽ കഴിഞ്ഞതിന്റെ പിറ്റേന്ന് പതിവുപോലെ കുതിരവണ്ടിയുമായെത്തിയ കുഞ്ഞാമനോട് കുഞ്ഞിപ്പരിയയി പറഞ്ഞു:

'ഇന്നുമുതൽ നീ ഞമ്മക്ക് കിദ്മത്തെടുക്കണ്ട[7]. നീ പോയ്ക്കോ.'

എന്ത്-? കുഞ്ഞാമന് അത് വിശ്വസിക്കാനായില്ല. എന്താണ് മുതലാളി ഈ പറയുന്നത്?

കാലാകാലമായുള്ള പതിവ് തെറ്റുകയാണോ? തന്റെ മുത്തച്ഛന്റെ കാലത്ത് തുടങ്ങിയതാണ് ഈ തറവാടുമായുള്ള ബന്ധം. തന്റെ അച്ഛനും ഈ വീട്ടിലെ കുതിരക്കാരനായിരുന്നു. ഈ തറവാട്ടിലെ കാക്ക കാരണവന്മാർ കണ്ണൂരിലേക്കും കോഴിക്കോട്ടേക്കും സവാരി ചെയ്തത് ഈ വണ്ടിയിലാണ്. ഈ വീട്ടിലെ ഉമ്മേറ്റ്യാന്മാരും[8] കുട്ടികളും പുറംലോകത്തിന്റെ ചേലുകൾ കണ്ടത് ഈ ജട്ക്കയിലിരുന്നാണ്. അതാണ് കുഞ്ഞിപ്പരിയയി മുതലാളി ഇപ്പോൾ വിലക്കിയിരിക്കുന്നത്.

'അപ്പോൾ മുതലാളി-' കുഞ്ഞാമന് വാക്കുകൾ കിട്ടുന്നില്ല. വിക്കിവിക്കി അയാൾ കൂട്ടിച്ചേർത്തു. 'എനി പാണ്ട്യേലേൽ പോക്ന്നില്ലെ?'

'പോകണം' കുഞ്ഞിപ്പരിയയി ഉറച്ച സ്വരത്തിൽ പ്രഖ്യാപിച്ചു. 'പക്കേങ്കില് ഈ ലൊഡുക്കാസ് വണ്ടീല് എനി ഞമ്മള് കേറൂല്ല.'

കുഞ്ഞാമൻ തന്റെ പ്രിയപ്പെട്ട കുതിരയേയും മുതലാളിയേയും മാറി മാറി നോക്കി. നോക്കിനിൽക്കെ അയാൾ വിതുമ്പി. ചങ്കിൽ നോവിന്റെ കാരമുള്ളുകൾ തറഞ്ഞുനിൽക്കുന്നു. മിഴികൾ തുളുമ്പുന്നു. മുതലാളി കണ്ണീർ കാണാതിരിക്കാൻ കക്ഷത്തുവെച്ച തലപ്പാവെടുത്ത് അയാൾ മുഖം തുടച്ചു.

ജട്ക്കയുടെ തണ്ടിൽനിന്ന് കുതിരയെ അഴിച്ചുമാറ്റാൻ കുഞ്ഞാമൻ തുനിയവെ കുഞ്ഞിപ്പരിയയി മുതലാളി പറഞ്ഞു.

---

*6. ചാവടിയന്തിരം, 7. ദാസ്യവൃത്തി, 8. മാപ്പിളപ്പെണ്ണുങ്ങൾ*

'അതിനെ അഴിക്കണ്ട. വണ്ടീം കുതിരേം നീ കൊണ്ട് പൊയ്ക്കോ. അത് ഞമ്മളിനിക്ക് ഫ്രീയായിട്ട് തന്നിരിക്കന്ന്. അത് ഞ്ഞി എട്ത്തോ.'

തെല്ലുനേരം എന്തോ ആലോചിച്ചുനിന്നിട്ടൊടുവിൽ മുതലാളി തുടർന്നു: 'പക്കേങ്കില് ഒരു കാര്യണ്ട്. വണ്ടീന്റെ മുകളിൽ കേയിക്കൽ കുഞ്ഞിപ്പരിയയി മുതലാളി വക എന്ന് ഒരു വലിയ ബോർഡെഴുതിവെക്കണം ഉം. പൊയ്ക്കോ.'

കുഞ്ഞാമനും ജട്ക്കയും നടവഴി കടന്നുപോയ ഉടനെ കുഞ്ഞിപ്പരിയയി ഇറങ്ങി റെയിൽവെ സ്റ്റേഷനിലേക്ക് നടന്നു. പാണ്ടികശാലയിൽ എത്തിയ ഉടനെ ഒരു ഇംപാല കാറിനുള്ള ഓർഡറുമായി ആളെ വിടുകയാണ് അയാൾ ആദ്യമായി ചെയ്തത്.

കുഞ്ഞിപ്പരിയയി മുതലാളി കച്ചവടം ചെയ്യുന്ന താഴങ്ങാടിയിലെ പാണ്ടികശാലയിലും വരുത്തി നിരവധി പരിഷ്കാരങ്ങൾ. പഴകിയ പത്തായവും ചാരുബഞ്ചുകളും നീക്കം ചെയ്തു. കറങ്ങുന്ന കസാലയും ഗോദ്രജിന്റെ മേശയും ഖജാനയും വരുത്തി. കസാലയുടെ ഇടതുഭാഗത്തും വലതുഭാഗത്തും ഓരോ ടേബിൾ ഫാൻ. മുകളിൽ ഒരു സീലിംഗ് ഫാൻ. ഇവയ്ക്കിടയിൽ ഒരു രാമച്ച വിശറിയും പിടിച്ചിരിക്കുന്ന കുഞ്ഞിപ്പരിയയി മുതലാളിയുടെ ചിത്രം കൗതുകമുണർത്തുന്നു.

കുഞ്ഞിപ്പരിയയി മുതലാളിയുടെ ഇംപാല താഴങ്ങാടിയിലെ വലിയ പള്ളിയുടെ മുന്നിലെ വളവിൽ പ്രത്യക്ഷപ്പെടുന്നതോടെ പാണ്ടികശാല ഊർജ്ജസ്വലമാവുന്നു. കിഴക്കൻ പ്രദേശത്തുനിന്ന് ചരക്കുമായെത്തിയ ഇടപാടുകാർ തയ്യാറെടുപ്പോടെ നിൽക്കുന്നു. കുറുപ്പ് എല്ലാ പണികളും നിർത്തിവെച്ച് കാറിനടുത്തേക്കോടുന്നു. കാറിന്റെ വാതിൽ തുറന്നുപിടിച്ച് മുതലാളി ഇറങ്ങുന്നതും കാത്ത് കുറുപ്പ് ഭവ്യതയോടെ നിൽക്കുന്നു. ഗമയിൽ ചുറ്റുമൊന്ന് കണ്ണോടിച്ച്, കീശയിൽ നിന്ന് സ്വർണ്ണഫ്രെയിമുള്ള കൂളിംഗ് ഗ്ലാസെടുത്ത് വെച്ച് മുതലാളി പാണ്ടികശാലയിലേക്ക് കയറുന്നു. കാറിന്റെ വാതിൽ ശബ്ദമുണ്ടാക്കാതെ അടച്ച് ഡ്രൈവർ, അലവിഹാജിയുടെ മക്കാനിയിലേക്കോടുന്നു. തിരിയുന്ന കസാലയിൽ, കറങ്ങുന്ന ഫാനുകൾക്ക് നടുവിലിരുന്ന് മുതലാളി രാമച്ചവിശറിയെടുത്ത് വീശുന്നു. അപ്പോഴേക്ക് ഡ്രൈവർ മുതലാളിക്കുള്ള സ്പെഷൽ ചായയുമായി എത്തിയിരിക്കും. ചായ ആസ്വദിച്ച് കുടിച്ച് ഒരു നേവികട്ട് സിഗരറ്റ് പുകച്ച് തീരുന്നതുവരെ കച്ചവടം ആരംഭിക്കുകയില്ല.

കുഞ്ഞിപ്പരിയയി മുതലാളിക്ക് ചരക്ക് കാണിച്ചേ ഇടപാടുകൾ മറ്റു പാണ്ടികശാലകളിലേക്ക് പോവുകയുള്ളൂ. അതിന്റെ മെച്ചം അവർക്കു കിട്ടുകയും ചെയ്യും. കുഞ്ഞിപ്പരിയയി മുതലാളിയുടെ പാണ്ടികശാലയി

ലെത്തിയ ചരക്ക് മറ്റിടങ്ങളിലേക്ക് കൊണ്ടുപോകേണ്ടിവരാറില്ല. അതിനുള്ള ഹിക്ക്മത്ത്[9] ഇടപാടുകാർക്ക് നന്നായറിയാം.

ചരക്കിന്റെ ഗുണനിലവാരം നിജപ്പെടുത്തുന്നതിന് മുൻപായി മുതലാളിയുടെ ഒരു ചോദ്യമുണ്ട്.

'നീ ആർക്കാ ചരക്ക് കാണിച്ചത്? എന്ത് വില പറഞ്ഞു?'

'ആർക്കും കാണിച്ചിട്ടില്ല. മുതലാളി ഇവ്ടെണ്ടാവ്മ്പോൾ എവ്ടെ കൊണ്ട് പോകാനാണ്? സുബഹി മുതൽ മുതലാളീനേം കാത്ത് നിൽക്കുകയാണ്.'

അങ്ങനെ പറയാനറിയുന്നവർക്ക് രക്ഷയുണ്ട്. അത് കേൾക്കുമ്പോൾ കുഞ്ഞിപ്പരിയയി മുതലാളിയുടെ മുഖം തെളിയുന്നു. പൊന്നു കെട്ടിയ പല്ലുകൾ തിളങ്ങുന്നു. നിറനിലാവ് പരന്നൊഴുകുന്നു.

'കുറുപ്പേ, ഓന്റെ ചരക്കിന് നെലവാരത്തിലും ഒരുറുപ്പ്യ കൂട്ടിക്കൊടുത്തേക്ക്' മുതലാളി പറയുന്നു: 'ഓൻ ചരക്ക് മറ്റാർക്കും കാണിക്കാതെ ഞമ്മളെയും കാത്ത് നിന്നതല്ലെ?'

ഒരു മണി ആവുന്നതോടെ കേയിക്കലെ പണിക്കാരൻ കുട്ടി മുതലാളിയ്ക്കുള്ള ഉച്ചഭക്ഷണവുമായെത്തും. ഉച്ചഭക്ഷണം വിഭവസമൃദ്ധമായിരിക്കണം. അക്കാര്യത്തിൽ കുഞ്ഞിപ്പരിയയി മുതലാളിക്ക് വളരെ നിർബ്ബന്ധമാണ്. മീൻകുറുമ, മീൻ വരട്ടിയതും പൊരിച്ചതും, പച്ചക്കറി, പപ്പടം, ഉപ്പേരി, അച്ചാർ, ചമ്മന്തി, കാച്ചിയ മോര് എന്നിവ ഒഴിവായിക്കൂട. ഏതെങ്കിലും ഒരു വിഭവം കുറഞ്ഞുപോയാൽ സംഗതി കുഴപ്പമാവും. ഒരുനാൾ പൊരിച്ച മീൻ കിട്ടാതായിപ്പോയതിന്റെ പേരിൽ എന്തൊരു ബഹളമായിരുന്നു-!

ടിഫിൻ കാരിയർ തുറന്ന് പണിക്കാരൻ കുട്ടി പതിവുപോലെ മുതലാളിക്ക് ചോറ് വിളമ്പി. വിഭവങ്ങൾ ഓരോന്നോരോന്നായി നിരത്തിവെച്ചു.

'എവിടെടാ പൊരിച്ച മീൻ-?' മുതലാളിയുടെ കണ്ണുകളിൽ കോപത്തിന്റെ ജ്വാല.

'ഇന്ന് വലിയ മീനൊന്നും കിട്ടീട്ടില്ലാന്ന് പറയാൻ പറഞ്ഞിരിക്കുന്നു മൊതലാളീ.'

'പ്ഫാ-'

പണിക്കാരൻ കുട്ടി ഒരടി പിന്നോക്കം തെറിച്ചുപോയി. പിഞ്ഞാണങ്ങൾ തട്ടിമാറ്റിക്കൊണ്ട് മുതലാളി കൈകുടഞ്ഞെഴുന്നേറ്റു.

---

*9. വിദ്യ*

'പൊരിച്ച മീനില്ലാണ്ട് എങ്ങന്യാടാ ചോറ് ബെയിക്കുക? എല്ലാം എന്റെ മുമ്പീന്ന് എടുത്ത്കൊണ്ട് പോടാ.'

കുഞ്ഞിപ്പരിയയി മുതലാളി നിന്നു വിറയ്ക്കുന്നു. കണ്ണുകളിൽ കോപ ത്തിന്റെ കനലുകൾ എരിയുന്നു.

ഹോട്ടലിൽ നിന്നു വരുത്തിയ കോഴി ബിരിയാണിയാണ് അന്ന് മുത ലാളി കഴിച്ചത്.

'മുതലാളീ വിശക്കുന്നു, ഒരു ചായയ്ക്കുള്ള പയിസ തരണം.'

ഒരു യാചകൻ ദീനതയാർന്ന സ്വരത്തിൽ അഭ്യർത്ഥിച്ചു.

വിചിത്രമായിരുന്നു മുതലാളിയുടെ മറുപടി!

'എന്താണെടോ വെശപ്പൂന്ന് പറഞ്ഞാൽ? അതെങ്ങന്യാ?'

നികുതി വസൂലാക്കാൻ വേണ്ടിവന്ന ജപ്തി ഉദ്യോഗസ്ഥന്മാർക്ക് തന്റെ സ്വത്ത് മുഴുവൻ കാണിച്ചുകൊടുക്കാത്തതിന് കുറുപ്പിനോട് മുതലാളി തട്ടിക്കയറിയ സംഭവം വിസ്മയമുണർത്തും.

'ആരാ കുറുപ്പേ അത്? രണ്ടു മൂന്ന് കാൽസറായിക്കാർ?'

'അത് നികുതിപ്പണം അടക്കാത്തതിന്റെ പേരിൽ സ്വത്ത് ജപ്തി ചെയ്യാൻവന്ന ഉദ്യോഗസ്ഥന്മാരാ. റാഹത്തിലെ അബ്ദുറഹിമാന്റെ സ്വത്തെല്ലാം അവര് കണ്ടുകെട്ടീന്നാ തോന്നുന്നത്.'

'എന്നാൽ ഞമ്മളെ സ്വത്ത് മുഴുവൻ ഓലിക്കങ്ങ് കാണിച്ചുകൊടുത്തു കൂടെ? എന്ത് പണിയാ കുറുപ്പേ? ഞമ്മക്ക് ഒരു സ്വത്തും ല്ലാന്ന് ഓല് നിരീക്കൂല്ലെ?'

അകമെ വിടർന്ന ചിരി പണിപ്പെട്ടൊതുക്കിക്കൊണ്ട് കുറുപ്പ് പറഞ്ഞു: 'അതിന് നമ്മളെ നികുതി കുടിശ്ശികയില്ലല്ലോ, മുതലാളീ.'

'ഛെ, മോശമായിപ്പോയി.' മുതലാളി പിറുപിറുത്തു.

ഈ സ്വഭാവവിശേഷം തന്നെയാണോ അയാൾക്ക് വിനയായി ത്തീർന്നത്?

പെട്ടെന്നായിരുന്നു അയാളുടെ പതനം. കച്ചവടം ക്ഷയിക്കാൻ തുട ങ്ങിയതോടെ പീടികകൾ ഓരോന്നായി കൈവിട്ടുപോയി. പാട്ടവും തോട്ടവും ഇല്ലാതായി. കാർ വിറ്റു. ഒടുവിൽ ബാക്കിയായത് താഴങ്ങാടി യിലെ പാണ്ടികശാലയും ഒഴിഞ്ഞ കൊപ്രക്കളവും മാത്രം. വാടകക്കുടി ശ്ശിക ഈടാക്കാൻ കടയുടമ നാലകത്ത് കലന്തൻ പാണ്ടികശാലയിലെ ജംഗമ വസ്തുക്കളെല്ലാം ജപ്തി ചെയ്തെടുത്തതോടെ കാൽക്കീഴിലെ മണ്ണ് മുഴുവൻ ഒലിച്ച് പോയത് പോലെയാണ് കുഞ്ഞിപ്പരിയയി മുതലാ ളിക്ക് തോന്നിയത്. പാണ്ടികശാല പൂട്ടി, താക്കോൽ കലന്തന്റെ മുന്നിൽ

വലിച്ചെറിഞ്ഞു കൊടുത്തിട്ട് അയാൾ ഇറങ്ങിനടന്നു. അല്ലാതെ മറ്റെന്തു ചെയ്യാൻ-?

കുഞ്ഞിപ്പരിയയി മുതലാളിയുടെ പതനത്തിനുപിന്നിൽ പ്രവർത്തിച്ചത് കുറുപ്പിന്റെ കൈകളാണെന്നും അദ്ദേഹത്തിന്റെ ചതിപ്രയോഗങ്ങളിൽ മുതലാളി വീണുപോയതാണെന്നും ഉള്ള കഥകൾ അസൂയാലുക്കൾ പറഞ്ഞു പരത്തിയതാവാം. ആളുകൾക്ക് എന്താണ് പറഞ്ഞുകൂടാത്തത്? പാട്ടത്തിനെടുത്തതിന്റെയും തീരുവാങ്ങിയതിന്റെയും പ്രമാണങ്ങളെല്ലാം കുറുപ്പ് സ്വന്തം പേരിലാണ് എഴുതിയുണ്ടാക്കി റജിസ്റ്ററാക്കിയതെന്നും കുറുപ്പിന്റെ ഇളയമകൾ കുഞ്ഞുലക്ഷ്മിയുമായി മുതലാളിക്ക് അടുപ്പമുണ്ടായിരുന്നെന്നും അവളെ ഉപയോഗപ്പെടുത്തി കുറുപ്പ് സ്വത്ത് മുഴുവൻ തട്ടിയെടുത്തതാണെന്നും ഉള്ള കഥകൾക്കാണ് ഏറെ പ്രചാരം. ഏത് വിഷയവും ദുർവ്യാഖ്യാനം ചെയ്ത് പ്രചരിപ്പിക്കുന്ന ഒരു വിഭാഗം ആളുകൾ ഏതു ദേശത്തും കാണും. അത്തരക്കാരുടെ കുപ്രചരണമായി ഇതും അവഗണിച്ചുതള്ളാം. പക്ഷേ, കൊമ്മണേരി ട്രേഡേഴ്സ് എന്ന പേരിൽ ഒരു വൻകിട കച്ചവടസ്ഥാപനം കുറുപ്പിന്റെ ഉടമസ്ഥതയിൽ നഗരത്തിന്റെ ഹൃദയഭാഗത്ത് ഉയർന്നുവന്നതോ? അതിന്റെ പിന്നിലുള്ള ഹിക്ക്മത്തെന്താണ്? കാലമിത്രയായിട്ടും അതിന്റെ പൊരുൾ നാട്ടുകാർക്ക് മനസ്സിലാക്കാനായില്ല എന്ന വസ്തുത കഥകൾക്ക് പ്രചാരവും പ്രിയവും വർദ്ധിപ്പിക്കുന്നു.

കച്ചവടം പൊളിഞ്ഞതിൽ പിന്നെ കുഞ്ഞിപ്പരിയയി മുതലാളി തറവാട്ടിൽ കാല്കുത്തിയിട്ടില്ല. മക്കൾ ഓരോരുത്തരായി ചെന്നു വിളിച്ചിട്ടും അയാൾ പോയില്ല.

'മക്കളെ, ഞാനെങ്ങോട്ടുംല്ല. നിങ്ങള്പോയീൻ.' അയാൾ പറഞ്ഞു: 'എന്റെ കാര്യങ്ങളിലെന്തെങ്കിലും ഒരു കുറവ് വന്നാൽ ഞാൻ ചെയ്ത ളൂൽമുകൾക്ക്[10] നിങ്ങളെന്നോട് പകരം വീട്ടുകയാന്നേ എനക്ക് തോന്നൂ. അത് വല്യ മുസീബത്താവും[11]. നിങ്ങള് പോയീൻ. 'ഞാനില്ല.'

കുഞ്ഞിപ്പരിയയി മുതലാളി നേരെ പോയത് ജട്ക്കക്കാരൻ കുഞ്ഞാമന്റെ പുരയിലേക്കാണ്. അവിടെ കുഞ്ഞാമന് കുടികിടപ്പ് കൊടുത്തതും കഴിച്ച് പതിനഞ്ചു സെന്റ് സ്ഥലം അന്യാധീനപ്പെടാതെ കിടപ്പുണ്ടായിരുന്നു. അതിൽ ഒരു കുടിൽ കെട്ടി അയാൾ തനിച്ചു പാർക്കാൻ തുടങ്ങി. കുഞ്ഞാമന്റെ വീട്ടുമുറ്റത്ത് ചക്രങ്ങൾ ഒടിഞ്ഞ്, ചിതൽ കയറിയ ഒരു ജട്ക്ക കിടപ്പുണ്ടായിരുന്നു. അതിന്റെ മുകൾഭാഗത്ത് തുരുമ്പിച്ച ഒരു തകര ബോർഡ്. പഴക്കം കൊണ്ട് മഞ്ഞച്ചുപോയ അതിലെ അക്ഷരങ്ങൾ

---

*10. അക്രമം, 11. ബുദ്ധിമുട്ട്*

അയാൾ പെറുക്കിപ്പെറുക്കി വായിച്ചു: 'കേയിക്കൽ കുഞ്ഞിപ്പരിയയി മുതലാളി വക.' അയാളുടെ ചുണ്ടുകൾ വിടരുന്നു.

വയർ കത്തിക്കാളുന്നു. നേരം ഉച്ചയായിരിക്കുന്നു. അന്ന് അയാൾ ഒന്നും കഴിച്ചിട്ടുണ്ടായിരുന്നില്ല.

കുഞ്ഞാമന്റെ ഇളയമകൻ കുഞ്ഞിരാമൻ മഞ്ഞളും മുളകും കടുകും ചേർത്ത് വറുത്ത ഒരു വസ്സി വേവിച്ച മരച്ചീനിയും പാല് ചേർക്കാത്ത ഒരു ഗ്ലാസ്സ് ചായയും കൊണ്ട് കയറി വന്നു.

കുഞ്ഞിപ്പരിയയി മുതലാളിയുടെ മുന്നിൽ വിനയത്തോടെ ഭക്ഷണം വെച്ചിട്ട് കൈവിരലുകളിൽ ഊതി ചൂട് ആറ്റിക്കൊണ്ട് കുഞ്ഞിരാമൻ പറഞ്ഞു:

'ഇത് മൊതലാളിക്ക് തരാൻ വേണ്ടി അമ്മ പറഞ്ഞു.'

തനിക്കത് വേണ്ടെന്ന് പറയാൻ അയാൾക്ക് മനസ്സ് വന്നില്ല. വായ്ക്കകത്ത് ആർത്തിയുടെ നീർച്ചാലുകൾ ഉറവ പൊട്ടുന്നു.

അയാൾക്ക് വിശ്വസിക്കാനാവുന്നില്ല. മരക്കിഴങ്ങിന് ഇത്ര സ്വാദോ-?!

കാലിയായ പാത്രങ്ങളുമെടുത്ത് കുഞ്ഞിരാമൻ പടിയിറങ്ങിപ്പോയ ഉടനെയാണ് ഓടിക്കിതച്ചുകൊണ്ട് കുഞ്ഞാമൻ കയറിവന്നത്. അയാൾ വല്ലാതെ അണയ്ക്കുന്നു. ഉടലിലൂടെ വേർപ്പ് ചാലിട്ടൊഴുകുന്നു.

'എന്താ കുഞ്ഞാമാ-?' കുഞ്ഞിപ്പരിയയി മുതലാളിയുടെ ശബ്ദം തിളയ്ക്കുന്നു.

'കഴിഞ്ഞു. എല്ലാം കഴിഞ്ഞു മൊതലാളീ.' കിതപ്പൊന്നടങ്ങിയപ്പോൾ കുഞ്ഞാമൻ പറഞ്ഞു: 'കുറുപ്പിന്റെ പാണ്ട്യാലയും പീടികകളും എല്ലാം പോയി. ഇന്നലെ മോന്തിക്ക് കത്താൻ തുടങ്ങ്യേതാ, ഇത് വരെ തീ കെട്ടിട്ടില്ല. കൊപ്പരക്കളവും സാധനങ്ങളും ഒക്കെ പോയി. ഒരു വസ്തുവും ബാക്കില്ല.' കുഞ്ഞാമന്റെ കണ്ണുകൾ തിളങ്ങുന്നു.

അത് കേട്ടിട്ടും കുഞ്ഞിപ്പരിയയി മുതലാളിക്ക് യാതൊരു ഭാവഭേദവും ഉണ്ടായില്ല. ഒരു സൂഫിയുടെ നിസ്സംഗതയോടെ അയാൾ ഇരിക്കുകയാണ്.

•

# അഭിലാഷം

ഇന്ന് എല്ലാം ശരിയാവുമെന്ന് കരുതിയതാണ്. ഹനീഫ അത്രയ്ക്ക് ഉറപ്പ് പറഞ്ഞിരുന്നു. കാലത്ത് തന്നെ എത്തണം, പത്തുമണി ആവുമ്പോഴേക്ക് കമ്പനിയിലെത്തി ഡെലിവറിയെടുത്തിങ്ങ് പോരാം.

ആരുടെ വാക്കും മുഖവിലയ്ക്കെടുക്കാൻ കഴിയാതായിട്ടുണ്ട് ഇപ്പോൾ. ഏഴുമണിക്കു തുടങ്ങിയ കാത്തുനിൽപാണ്. ഒൻപതു കഴിഞ്ഞു. ഇനിയിപ്പോൾ ഹനീഫ വന്നാൽ തന്നെ വണ്ടിയെടുത്ത് വരാൻ പറ്റുമോ എന്ന് ദൈവത്തിനേ അറിയൂ. അക്ഷമ കാലുകളിൽ പെരുപെരുപ്പുണ്ടാക്കുന്നു. കണ്ണുകൾ ഉഴന്നു. റോഡിലേക്കും വാച്ചിലേക്കും മാറിമാറി നോക്കിപ്പോവുന്നു. കവല തിരിഞ്ഞു പോവുന്ന വാഹനങ്ങൾ ഇവിടെ നിന്നു നോക്കിയാൽ കാണാം. കവലയിൽ തിരക്കു വർദ്ധിച്ചിട്ടുണ്ട്. നെറ്റിയിലേക്ക് വെയിൽ വന്നുവീഴാൻ തുടങ്ങിയപ്പോൾ വരാന്തയിൽ കയറി നിന്നു. നെറ്റിവല്ലാതെ പൊള്ളുന്നു.

സത്യസന്ധനെന്ന് രാംദാസ് പരിചയപ്പെടുത്തിയ ഹനീഫ തന്നെ ഇപ്പോൾ എത്ര അവധി പറഞ്ഞു? 'മറ്റ് ഓട്ടോ കൺസൾട്ടന്റുകളെപ്പോലെയല്ല ഇയാൾ. ഇങ്ങനെയുള്ള ഒരാളെ ഇക്കാലത്ത് കണി കാണാൻ കൂടി കിട്ടുകയില്ല. എന്തും വിശ്വസിച്ചേല്പിക്കാം. ചതിക്കുകയില്ല.'

എന്നിട്ട്-? അഞ്ചാറുമാസമായില്ലെ അയാളുടെ ഓഫീസിന്റെ പടി കയറിയിറങ്ങാൻ തുടങ്ങിയിട്ട്?

പറഞ്ഞുവന്നാൽ ഇക്കാലത്ത് വലിയ കാര്യമൊന്നുമല്ല ഇത്. വാഹന നിർമ്മാണക്കമ്പനിക്കാർ വിപണരംഗത്ത് മത്സരിക്കുകയാണ്. സാമ്പത്തിക സഹായം നീട്ടിക്കൊണ്ട് ബേങ്കുകാരും സ്വകാര്യ കമ്പനിക്കാരും തയ്യാറായി നില്പുണ്ട്. വേണ്ട ഈടു നല്കിയാൽ മാത്രം മതി. തുച്ഛശമ്പളക്കാർക്കുപോലും സ്വന്തമായി വാഹനം എന്നത് ഒരു സ്വപ്നം മാത്രമല്ല. വരുമാനത്തിന്റെ തോതനുസരിച്ച് മാരുതിയോ അംബാസഡറോ ടാറ്റയോ തെരഞ്ഞെടുക്കാം. ഈ ബ്രാന്റുതന്നെ വേണമെന്ന അച്ഛന്റെ പിടിവാശിയാണ് കാര്യങ്ങൾ ഇങ്ങനെ വൈകിക്കുന്നത്.

പലതരം ചിന്തകളിലങ്ങനെ മുഴുകി നിൽക്കെയാണ് ഹനീഫയുടെ ചുവന്ന മാരുതിസെൻ മുന്നിൽ വന്നുനിന്നത്.

'അല്പം വൈകിപ്പോയി.' ജാള്യം നിറഞ്ഞ ഒരു ചിരിയോടെ ഹനീഫ പറഞ്ഞു: 'മാഷെന്താ വരാന്തയിൽ തന്നെ നിന്നത്. അകത്തുകയറി ഇരുന്നുകൂടായിരുന്നോ?'

എന്റെ ദൃഷ്ടി അടഞ്ഞുകിടക്കുന്ന ഓഫീസ് വാതിലിൽ പതിഞ്ഞു. അത് ശ്രദ്ധയിൽപ്പെട്ട ഹനീഫ അമളി മറച്ചുവെച്ചുകൊണ്ടു പറഞ്ഞു: 'ജയഫർ ഇതുവരെ എത്തിയിട്ടില്ലെ? മാഷ് വരുന്നതിനുമുൻപായി ഓഫീസ് തുറന്നിരിക്കണമെന്ന് ഞാൻ അവനോട് പറഞ്ഞിരുന്നതാണല്ലോ.'

കാറിന്റെ ഇടതുവശത്തെ ഡോർ തുറന്നിട്ടുകൊണ്ട് ഹനീഫ തുടർന്നു: 'ഇരിക്കട്ടെ, ഇനി വൈകണ്ട. നമുക്ക് പുറപ്പെടാം....'

കാറിൽ കയറി ഡോർ ലോക്കു ചെയ്തു.

വിശപ്പ് കുടൽമാലകളെ പിടിച്ചുലയ്ക്കുന്നുണ്ട്. ഒരു കട്ടൻ ചായ മാത്രം കുടിച്ച് പുറപ്പെട്ടതാണ്. ഇനിയിപ്പോൾ ഹോട്ടലിൽ കയറിയാൽ അരമണിക്കൂർ വീണ്ടും പോവും. അല്ലെങ്കിൽ തന്നെ വല്ലാതെ വൈകി. പ്രാതലിന്റെ സമയം തെറ്റിയതിനാൽ കുടലിനകത്ത് നിന്ന് അപശബ്ദങ്ങൾ പുറപ്പെടുന്നുണ്ട്. വാഴത്തടങ്ങളിലും പിന്നാമ്പുറത്തെ അടുക്കളത്തോട്ടത്തിലും ചില്ലറ പണികളൊക്കെ ചെയ്ത് കുളി കഴിഞ്ഞെത്തുമ്പോഴേക്ക് പ്രാതൽ തയ്യാറായിട്ടുണ്ടാവും. ദോശയോ പുട്ടോ ആണ് പതിവ്. ഇഡ്ഡലിയാണ് തനിക്കു പ്രിയം. ഇഡ്ഡലിയുണ്ടാക്കാൻ നിന്നാൽ കൊണ്ടുപോകാനുള്ള ഉച്ചയൂണ് തയ്യാറാവുകയില്ലെന്നാണ് കാർത്യായനി പറയുന്നത്. കിട്ടിയത് ചൂടോടെ കഴിച്ച് ധൃതിയിൽ പുറപ്പെടും. ഒൻപതിനു മുൻപായി സ്റ്റോപ്പിലെത്തിയെങ്കിലേ സ്കൂളിലേക്കുള്ള ആദ്യബസ്സ് കിട്ടുകയുള്ളൂ. പിന്നീടുള്ളവയൊക്കെ വിദ്യാർത്ഥികളെ കുത്തിനിറച്ചാണ് വരിക. ആ തിരക്കിൽ ചോറ്റുപാത്രമടങ്ങുന്ന വീർത്തബാഗും കുടയുമൊക്കെയായി നിൽക്കാൻ പ്രയാസം തന്നെയാണ്. എത്ര ശ്രമിച്ചാലും ചിലപ്പോൾ വണ്ടി തെറ്റും.

നഗരത്തിരക്കും റെയിൽവെഗെയിറ്റുകളും പിന്നിട്ട് കാർ ഓടുകയാണ്. പുഴകളും കൈതച്ചെടികൾ അതിരിട്ട് നിൽക്കുന്ന വയലുകളും പിന്നിട്ടു. വഴിനീളെ ഹനീഫ നിർത്താതെ സംസാരിക്കുന്നുണ്ട്. ഭരണരംഗത്തെ അഴിമതിയെക്കുറിച്ച്, വിഘടനവാദികളുടെ അഴിഞ്ഞാട്ടത്തെക്കുറിച്ച്, നിത്യോപയോഗ വസ്തുക്കളുടെ വിലവർദ്ധനവിനെക്കുറിച്ച്, മൃഗീയമായ രാഷ്ട്രീയകൊലപാതകങ്ങളെക്കുറിച്ച്, നിത്യസംഭവമായി മാറിയ റോഡ

പകടങ്ങളെക്കുറിച്ച്-വിഷയങ്ങളിലൂടെ അയാൾ കയറി ഇറങ്ങുകയാണ്. അയാളെ തൃപ്തിപ്പെടുത്തുന്നതിനുവേണ്ടി ഞാൻ എല്ലാറ്റിനും മൂളിക്കൊണ്ടിരുന്നു.

വീടിന്റെ പൂമുഖത്ത് തന്റെ വരവും പ്രതീക്ഷിച്ച് ഇരിക്കുന്ന അച്ഛന്റെ രൂപം മനസ്സിൽ നിറഞ്ഞു നിൽക്കുകയാണ്. താൻ കാറുമായി തിരിച്ചെത്തുമ്പോൾ വീട്ടിലുണ്ടാവുന്ന ആനന്ദം! കാറിന്റെ ഇരമ്പൽ കേൾക്കുമ്പോൾ ആഹ്ലാദത്തോടെ ചാടി എഴുന്നേറ്റു വരുന്ന അച്ഛൻ. കൗതുകത്തോടെ നോക്കിനിൽക്കുന്ന വീട്ടുകാർ.

അടഞ്ഞുകിടക്കുന്ന റെയിൽവെഗെയിറ്റിൽ വണ്ടി നിന്നപ്പോൾ ഹനീഫ സിഗരറ്റ് പേക്കറ്റെടുത്ത് തുറന്ന് ഒരെണ്ണം ചുണ്ടിൽ വെച്ചിട്ട് പേക്കറ്റ് എന്റെ നേരെ നീട്ടി. സ്നേഹപൂർവ്വം ഞാൻ ക്ഷണം നിരസിച്ചു.

'എന്താ വലിക്കാറില്ലെ?'

'ഇല്ല.'

'വളരെ നന്നായി.' ഹനീഫ പറഞ്ഞു: 'ഞാൻ ഇത് ഉപേക്ഷിക്കാൻ ഒരുപാട് ശ്രമിച്ചുനോക്കിയതാണ് മാഷെ, ആവുന്നില്ല.'

'അത് വെറുതെ പറയുകയാണ്.' എനിക്ക് പ്രതികരിക്കാതിരിക്കാനായില്ല. 'ആത്മാർത്ഥമായി ശ്രമിച്ചാൽ നിർത്താൻ പ്രയാസമുണ്ടാവുകയില്ല. ചാഞ്ചല്യങ്ങൾക്കിടകൊടുക്കാതെ മനസ്സിനെ ഉറപ്പിച്ചു നിർത്തണം.'

'എന്തോ, എനിക്ക് കഴിയുന്നില്ല.' ഹനീഫ വിഷയത്തിന് പൂർണ്ണവിരാമമിട്ടു. അയാൾ വലിച്ചൂതുന്ന പുക സൃഷ്ടിക്കുന്ന വളയങ്ങളും അത് രൂപഭേദം വന്ന് അമൂർത്ത ചിത്രങ്ങളായി അപ്രത്യക്ഷമാവുന്നതും നോക്കി ഞാൻ ഇരിക്കുന്നതിനിടയിൽ ഹനീഫ പറഞ്ഞു.

'നിങ്ങൾക്കാവശ്യം മറ്റേതെങ്കിലും വണ്ടിയായിരുന്നെങ്കിൽ ഇതിനും എത്രയോ മുൻപ് എടുക്കാനാവുമായിരുന്നു. മറ്റൊന്നും കിട്ടാൻ ഇത്ര ബുദ്ധിമുട്ടില്ല. പക്ഷേ ഇത്-'

ശരിയാണ് എന്ന അർത്ഥത്തിൽ ഞാൻ ചിരിച്ചു.

പല തവണ അത് ഞാൻ അച്ഛനോട് പറഞ്ഞുനോക്കിയതാണ്. ഈ കാലത്ത് ഇങ്ങനെ ആരെങ്കിലും വാശി പിടിക്കുമോ? പുതിയ എത്രയെത്ര കമ്പനികളുണ്ട് ഒന്നിനൊന്ന് മെച്ചപ്പെട്ടവ. അതൊക്കെ ഒഴിവാക്കി? നമുക്ക് പഥ്യമല്ലാത്ത എന്തിനോടൊക്കെ നാം നിത്യേന ഒത്തുതീർപ്പാവുന്നുണ്ട്? പക്ഷേ, അച്ഛൻ വഴങ്ങാൻ തയ്യാറല്ല.

'ചെറുപ്പം മുതലുള്ള മോഹമാണ് മോനെ. കുട്ടിക്കാലത്ത് കൗതുകം കൊണ്ട് ഒരിക്കൽ പപ്പു ഡോക്ടറുടെ കാർ തൊട്ടുനോക്കിയതിന് ഡ്രൈവർ വല്ലാതെ വഴക്കു പറയുകയും ചെവിക്കു പിടിച്ചു നോവിക്കുകയും ചെയ്തു. അന്ന് തുടങ്ങിയ വാശിയാണ്, എന്നെങ്കിലും അത്തരമൊന്ന് സ്വന്തമാക്കണമെന്ന്.'

ആഗ്രഹങ്ങളുടെ ഓരോരോ പോക്ക്!

അച്ഛൻ പലതവണ അതിനുവേണ്ടി ശ്രമിച്ചിട്ടുണ്ടെന്നറിയാം. ഒരിക്കൽ വീടു പണയപ്പെടുത്താൻപോലും തുനിഞ്ഞു. എല്ലാം ഒത്തുവരുമ്പോഴേക്ക് ദല്ലാൾ കാലുമാറിക്കളഞ്ഞത്രെ! പിന്നീടൊരിക്കലും ഉദ്ദേശിക്കുന്ന തരത്തിലുള്ള ഒരെണ്ണം ഒത്തുകിട്ടിയില്ല. ഔദ്യോഗിക ജീവിതത്തിനിടയിൽ പല തവണ ശ്രമം ആവർത്തിച്ചപ്പോൾ, സഹപ്രവർത്തകർ തമാശപ്പേരിട്ടു വിളിക്കാൻ തുടങ്ങി. അത് ഫ്രോഡുമേനോൻ എന്നു വാക്കുമാറ്റി വിളിക്കാനും ചിലർ മടിച്ചില്ല എന്നും പറഞ്ഞു കേട്ടിട്ടുണ്ട്. ഉദ്യോഗത്തിൽ നിന്നു വിരമിച്ചപ്പോൾ കിട്ടിയ തുക മുഴുവൻ ഏല്പിച്ച് തന്നെ അതിന് ചുമതലപ്പെടുത്തുകയായിരുന്നുവല്ലോ അച്ഛൻ. ഇനിയിപ്പോൾ ഈ അവസാനകാലത്ത്-

അവസാനകാലത്തോ-?

എന്തെല്ലാം വിഡ്ഢിത്തങ്ങളാണ് മനസ്സിൽ വന്നു നിറയുന്നത്! ആദ്യാവസാനങ്ങളെക്കുറിച്ചെല്ലാം നമുക്കെന്തറിയാം? എല്ലാം ഓരോരോ അനുമാനങ്ങൾ! അല്ലാതെന്താണ്?

'ജാതകപ്രകാരം പത്തിരുപത്തഞ്ച് കൊല്ലത്തെ കർമ്മം കൂടി ഇനീം ബാക്കിയുണ്ട്. കാവിൽ കുട്ടിരാമപ്പണിക്കർ ഗണിച്ച ജാതകങ്ങളൊന്നും ഒരു മുടിനാരിഴ വ്യത്യാസംണ്ടായിട്ടില്ല. തൊണ്ണൂറ് തികയാതെ ഈ തറവാട്ടിന്ന് ആരെയും പട്ടടയിലേക്കെടുത്തിട്ടുമില്ല.' അച്ഛൻ പലപ്പോഴും പറഞ്ഞ കാര്യം പെട്ടെന്ന് മനസ്സിൽ ഓടിയെത്തി.

'ചോദിക്കാൻ മറന്നു' ഹനീഫയുടെ ചോദ്യം ചിന്തകളെ തട്ടിമാറ്റി: 'കമ്പനിയിൽ കൊടുക്കാനുള്ള ഡി. ഡി. കൊണ്ടുവന്നിട്ടില്ലേ നിങ്ങൾ?'

ഞാൻ ഉണ്ട് എന്ന അർത്ഥത്തിൽ തലയാട്ടി. പിന്നെ കുറേ നേരത്തേക്ക് ഹനീഫ ഒന്നും പറഞ്ഞില്ല. എല്ലാം പറഞ്ഞവസാനിപ്പിച്ചത് പോലെ അയാൾ മൗനത്തിലേക്ക് ചുരുണ്ടു. ക്ലച്ചും ബ്രെയിക്കും ആക്സിലേറ്ററും അയാൾ മാറിമാറിച്ചവിട്ടുന്നതും ഗിയർ മാറ്റിയിടുന്നതും നോക്കി ഞാനിരിക്കെ മോട്ടോർ ഡീലിംഗ് കമ്പനിയുടെ മുന്നിൽ കാർ ബ്രെയിക്കിട്ടു. പുറത്തിറങ്ങി കാർ ലോക്ക് ചെയ്തു. കുപ്പായത്തിന്റെ പിൻവശത്തെ ചുളി

വുകൾ നിവർത്തി. സ്വയം വഴുതിമാറുന്ന കണ്ണാടിവാതിലുകൾ കടന്ന് ഞങ്ങൾ മാനേജരുടെ മുറിയിലേക്ക് ചെന്നു.

പത്തുപതിനഞ്ചുമിനിട്ടിനകം കടലാസുപണികളെല്ലാം പൂർത്തിയായി. ഇന്റർകോമിലൂടെ ആർക്കോ നിർദ്ദേശം കൊടുത്തിട്ട് ഒരു താക്കോൽ ഹനീഫയ്ക്കു നേരെ നീട്ടിക്കൊണ്ട് മാനേജർ പറഞ്ഞു: 'വണ്ടി റെഡിയായിട്ടുണ്ട്. ക്ലാർക്ക് പെയിപ്പേർസുമായി പുറത്ത് കാത്തുനിൽപുണ്ട്. ചെന്നാട്ടെ.'

കാർ കണ്ടപ്പോൾ എന്റെ അകം പിടിച്ചുപോയി. ഏറ്റവും പുതിയ മോഡലിൽ അഴകൻ സാധനം! ക്രീം കളർ. മുന്നിൽ ഒരു വിശ്വസുന്ദരി പുഞ്ചിരിച്ചു നിൽക്കുന്നു! ഇത്രയും കാലത്തെ കാത്തിരിപ്പ് വെറുതെ ആയില്ല എന്ന തോന്നൽ മനസ്സിൽ പുളകമാവുന്നു.

'എനിക്കു കുറച്ചുകൂടി പണി ഇവിടെ ബാക്കിയുണ്ട്.' ഹനീഫ പറഞ്ഞു: 'വണ്ടിയുമെടുത്ത് മാഷങ്ങ് പോവില്ലെ? അതല്ല ഇവിടെ നിന്ന്.....! ഡ്രൈവറെ വിളിക്കണോ?'

'വേണ്ട, ഞാൻ കൊണ്ടുപോയ്ക്കൊള്ളാം.'

'ലൈസൻസ്-?'

'കൈവശമുണ്ട്.'

'എന്നാൽ ശരി.'

കാറിൽ കയറി വണ്ടി സ്റ്റാർട്ടു ചെയ്യാൻ തുടങ്ങവെ വിൻഡോയിൽ മുട്ടിവിളിച്ചിട്ട് ഹനീഫ പറഞ്ഞു: 'കടലാസുകൾ നാളെത്തന്നെ ആർ.ടി.ഒ ഓഫീസിൽ സബ്മിറ്റു ചെയ്യണം. മറക്കണ്ട. നിങ്ങൾക്ക് സമയക്കുറവുണ്ടെങ്കിൽ എന്റെ ഓഫീസിൽ കൊണ്ടുവന്നാൽ വിജയന്റെയോ, പപ്പന്റെയോ വശം കൊടുത്ത് നമുക്ക് പണി എളുപ്പത്തിൽ ചെയ്യിക്കാം.'

'ശരി, ഞാൻ വൈകിട്ട് വരാം.'

'ഒ. കെ.'

നവവധുവിനെ സ്വതന്ത്രമായി കിട്ടിയത് പോലുള്ള സന്തോഷവും വെപ്രാളവും മനസ്സിനെ മഥിക്കുന്നു. റോഡിലൂടെ ഒഴുകുന്ന വാഹനങ്ങൾ. ടെമ്പോവാനുകൾ, കാറുകൾ, ജീപ്പുകൾ, ബസ്സുകൾ, തിക്കിത്തിരക്കി നീങ്ങുന്ന ഓട്ടോറിക്ഷകളും സ്കൂട്ടറുകളും - അവയ്ക്കിടയിൽ ഒരു ലോകസുന്ദരിയെപ്പോലെ തന്റെ കാർ തിളങ്ങുന്നു. അഭിമാനബോധം അകത്ത് അലയിളക്കുന്നു. കഴിയുന്നതും പെട്ടെന്ന് വീട്ടിലെത്താൻ മനസ്സ് തുടിക്കുന്നു. വണ്ടി കാണുമ്പോൾ അച്ഛനുണ്ടാവാനിടയുള്ള ആഹ്ലാദത്തെക്കുറിച്ച് ചിന്തിക്കുമ്പോൾ മനസ്സിൽ വല്ലാത്ത വിങ്ങൽ അനുഭവപ്പെടുന്നു.

ചിരകാലസ്വപ്നത്തിന്റെ സാക്ഷാത്ക്കാരം! അച്ഛനെ മുന്നിലിരുത്തി നാടായ നാടു മുഴുവൻ ഒന്നു ചുറ്റിക്കാണിക്കണം. ഗമയിലുള്ള അച്ഛന്റെ ആ ഇരുത്തം മനസ്സിൽ നിരൂപിച്ചു നോക്കി. താൻ തന്നെ ഡ്രൈവുചെയ്യുമെന്ന് വാശിപിടിച്ചേക്കുമോ അച്ഛൻ-?

വീടിനടുത്തുള്ള അങ്ങാടിയിലെത്തുമ്പോൾ അഞ്ചുമണിയോടടുത്തിരുന്നു. പീടികത്തിണ്ണകളിലും റോഡരുകിലും നിൽക്കുന്നവരുടെ കണ്ണുകൾ തന്റെ മുഖത്ത് തന്നെ പതിഞ്ഞുനിൽക്കുന്നു. വണ്ടി കാണുമ്പോൾ ആളുകളുടെ മുഖത്തുണ്ടാവാനിടയുള്ള ആകാംക്ഷയും കൗതുകഭാവവും ആനന്ദവും ആദരവുമൊക്കെ മനസ്സിൽ കുറിച്ചു വെച്ചിട്ടുണ്ടായിരുന്നു. കാറിന്റെ പ്രൗഢി അവരിൽ വിസ്മയം വിടർത്തും. പക്ഷേ, അതൊന്നും അവരിൽ പ്രകടമായി കാണുകയുണ്ടായില്ല. അവരുടെ മുഖത്ത് മ്ലാനത പടർന്നു നിൽക്കുന്നുവോ? ഒന്നും വായിച്ചെടുക്കാൻ തനിക്കാവുന്നില്ല. തന്നോട് എന്തോ പറയുവാൻ വെമ്പിനിൽക്കുന്നത് പോലെ-?

കവല തിരിഞ്ഞപ്പോൾ ബ്രെയിക്കു ചവിട്ടി, ചില്ലു താഴ്ത്തി. മുന്നിലൂടെ നടന്നുപോകുന്ന അയൽവാസികളെ ക്ഷണിച്ചു: 'വാ, കയറിക്കോളീൻ.'

'വേണ്ട മാഷെ, നിങ്ങൾ വേഗം ചെന്നാട്ടെ.'

വീടിനുമുന്നിൽ വണ്ടി ഓരം ചേർത്തു നിർത്തി. ഹോൺ നീട്ടിയടിച്ചു. വാതിലുകളെല്ലാം ഭദ്രമായി അടച്ചിട്ടുണ്ടെന്ന് ഉറപ്പ് വരുത്തി. താക്കോൽ വായുവിൽ ചുഴറ്റിക്കൊണ്ട് ആഹ്ലാദത്തോടെ ഒതുക്കുകൾ കയറി.

കാറിന്റെ ശബ്ദം കേട്ടാൽ വീട്ടിലുള്ളവർ മുഴുവൻ അച്ഛനോടൊപ്പം മലവെള്ളം പോലെ കുതിച്ചെത്തുന്ന ചിത്രം മനസ്സിലുണ്ട്. എന്നാൽ അതൊന്നും ഉണ്ടായില്ല. ഇവരെല്ലാം എവിടെപ്പോയി-?

പടവുകൾ കയറി മുകളിലെത്തിയപ്പോഴാണ് മുറ്റത്തും തൊടിയിലും ആളുകൾ മൂകമായി കൂടിനിൽക്കുന്നത് കണ്ണിൽ പെട്ടത്. എല്ലാവരും തന്നെ ഉദ്വേഗത്തോടെ ഉറ്റുനോക്കുകയാണ്. വീട്ടിന്റെ അകത്ത് നിന്ന് അടക്കിപ്പിടിച്ച തേങ്ങൽ ഉയരുന്നു. അതുവരെ അനുഭവിച്ചിട്ടില്ലാത്ത ഒരു വല്ലാത്ത ഗന്ധം മൂക്കിൽ അടിച്ചുകയറുന്നു. വൃക്ഷത്തലപ്പുകളിലിരുന്ന് അശാന്തവും മൂർച്ചയേറിയതുമായ സ്വരത്തിൽ കാക്കകൾ കരയുന്നു. അച്ഛൻ ഇരിക്കാറുള്ള പൂമുഖത്തെ ചാരുകസേല ഒഴിഞ്ഞുകിടക്കുന്നത് ഒരു ഞെട്ടലോടെ ഞാൻ കണ്ടു.

●

# ജനാബ് കുഞ്ഞിപ്പോക്കർ ഹാജി

ഏതു കാര്യത്തിലും മുൻപനാവുക എന്നതാണ് ജനാബ് കുഞ്ഞിപ്പോക്കർ ഹാജിയുടെ ചേല്. അയാളുടെ എല്ലാ ചര്യകളിലും അത് പ്രകടമായിരുന്നു. ഉന്മാദത്തോടടുത്തുനിൽക്കുന്ന ഒരുതരം വാശി.

മറ്റെല്ലാ നിർദ്ധന മാപ്പിളക്കുട്ടികളെയുംപോലെ തന്നെയായിരുന്നു ജനാബ് കുഞ്ഞിപ്പോക്കർ ഹാജിയുടെയും ബാല്യം. നെരിയാണിയോളമെത്തുന്ന ഒരു കോറമുണ്ടും കുടുക്കു പൊട്ടിയ കുപ്പായവുമിട്ട് അപ്പൂട്ടിക്കുറുപ്പിന്റെ സ്കൂൾ പരിസരത്തും കുറുമ്പയിലെ പീടികകളിലുമായി അലഞ്ഞുതിരിഞ്ഞ ഒരു മൊട്ടത്തലയൻ. ചുരണ്ടി വെടുപ്പാക്കിയ തലനിറയെ ചിരങ്ങിന്റെ പൊറ്റ, കൈകാലുകളിൽ ചൊറിയുടെ പഴുപ്പ്. വായയിലേയ്ക്കിറങ്ങിനിൽക്കുന്ന മൂക്കട്ടയുടെ ചാല്. പുഴുതിന്ന് കുറ്റിയായ പല്ലുകൾ. കരിഞ്ഞുണങ്ങിയ ദേഹം.

ആറാംവയസ്സിൽ കോയോട്ടി മുസ്ല്യാർ പഠിപ്പിക്കുന്ന മനാറുൽഹുദാ മദ്രസയിൽ ഓത്തിനും അപ്പൂട്ടിക്കുറുപ്പിന്റെ പ്രൈമറിസ്കൂളിൽ എഴുത്തിനും ചേർന്നു കുഞ്ഞിപ്പോക്കർ. പഠിപ്പിൽ വളരെ അലസനായിരുന്നു അവൻ. അവനോടൊപ്പം മദ്രസയിൽച്ചേർന്ന കുട്ടികൾ ദീനിയാത്തും[1] അമലിയാത്തും[2] ഓതി. ഖുർആൻ മുപ്പത് ജൂസുവും ഏടോടേട് കാണാപ്പാഠം പഠിച്ച് ഫത്ത്ഹ്കിത്താബും[3] ഉംദയും[4] ഓതിത്തീർത്ത ദീൻ[5] കാര്യങ്ങൾ നിറഞ്ഞ മനസ്സോടെ മദ്രസ വിട്ടുപോയിട്ടും കുഞ്ഞിപ്പോക്കർ നാലാം ക്ലാസ്സിലെ കാലിളകിയ ബെഞ്ചിൽ ചടഞ്ഞിരിക്കുകയായിരുന്നു.

എഴുത്തിലെ കാര്യവും മറിച്ചായിരുന്നില്ല. ഏഴാം ക്ലാസിൽ രണ്ടുതവണ തോറ്റതോടെ പഠിപ്പ് നിന്നു. കുഞ്ഞിപ്പോക്കർക്ക് അപ്പോൾ വയസ്സ് പത്തൊമ്പത്! ഒരു മുഴുത്ത ബാല്യക്കാരനായ മകൻ കൊച്ചുകുട്ടികളോടൊപ്പം, പ്രൈമറി സ്കൂളിൽ പോകുന്നതിൽ ഐബ്[6] തോന്നിയ ബാപ്പ ബണ്ടൽ അമ്മത് ഒരു നാൾ പറഞ്ഞു:

'മതി. എനി ഓൻ പോകണ്ട.'

---

*1, 2, 3, 4, ഇസ്ലാമിക പാഠപുസ്തകങ്ങൾ, 5. മതം, 6. വീഴ്ച*

കുഞ്ഞിപ്പോക്കറിന് അളവറ്റ ആഹ്ലാദം. മുസീബത്ത്[7] നീങ്ങിക്കിട്ടിയതിന്റെ സുഖം. ചെറുപ്പക്കാർ ഇരുന്ന് വാരകളിക്കുന്ന കലുങ്കിന്റെ ചോട്ടിലും പീടികത്തിണ്ണകളിലുമായി കുഞ്ഞിപ്പോക്കറുടെ പിന്നീടുള്ള ദിനങ്ങളുടെ ഏറിയ പങ്കും.

അങ്ങനെ നാളുകൾ നീങ്ങവെയാണ് വെള്ളിക്കുളങ്ങരക്കാരനായ ട്രൗസർ മൊയ്തീൻഹാജി ഖത്തറിൽനിന്ന് നാട്ടിൽ തിരിച്ചെത്തുന്നത്. ബണ്ടൽ അമ്മതിന്റെ ഹബീബായ[8] ചങ്ങാതി. അമ്മത്, തന്റെ പരാധീനതകളുടെ പട്ടിക സുഹൃത്തിനുമുന്നിൽ നിരത്തി.

'ന്റെ മോൻ കുഞ്ഞിപ്പോക്കറെങ്കിലും ഒന്നക്കര കടന്നുകിട്ടിയിരുന്നെങ്കിൽ'

അതു കഴിഞ്ഞ് ആറുമാസം തികയുന്നതിനു മുൻപ് കുഞ്ഞിപ്പോക്കർ ഖത്തറിൽ ചെന്നിറങ്ങി. രണ്ടുകൊല്ലത്തിനുശേഷം നിറയെ സാധനങ്ങളുമായി അയാൾ നാട്ടിൽ തിരിച്ചെത്തി. സാധാരണ എല്ലാ ഗൾഫുകാരും ചെയ്യുന്നതുപോലെ നാട്ടിലെത്തിയ ഉടനെ കുഞ്ഞിപ്പോക്കർ മൂന്ന് ലക്ഷത്തിന്റെ ഒരു സ്വത്ത് വാങ്ങി. മാഹിയിലെ ഒരു മുന്തിയ തറവാട്ടിൽനിന്ന് പെണ്ണ് കെട്ടി. മനയ്ക്കൽ തറുവൈ ഹാജിയുടെ ഏകമകൾ റുഖിയ. പ്രമാണിയായ ബാപ്പ. അളവറ്റ സ്വത്ത്. പൂവൻപഴത്തിന്റെ ചേലുള്ള മകൾ. തികഞ്ഞ മതഭക്ത. എന്തുകൊണ്ടും കുഞ്ഞിപ്പോക്കറിന് കഫുവൊത്ത[9] പെണ്ണ്. നൂറ്റൊന്ന് പവന്റെ ആഭരണങ്ങളും നൂറ് തെങ്ങിന്റെ സ്ഥലവും കായ്യ്യാണം[10]. നിക്കാഹിന്റെ ഇരുപത്തിഒന്നാം നാൾ കുഞ്ഞിപ്പോക്കർ വീണ്ടും ഖത്തറിൽ ചെന്നിറങ്ങി.

പിന്നെ കൊല്ലാകൊല്ലം നാട്ടിൽ വരാൻ തുടങ്ങി കുഞ്ഞിപ്പോക്കർ. അതിനിടയിൽ മക്കത്ത് പോയി. പരിശുദ്ധ ഹജ്ജ് കർമ്മം നിർവ്വഹിക്കുകയും ചെയ്തിരുന്നു അയാൾ. ഒരുപാട് സ്വത്തുക്കൾ വാങ്ങിക്കൂട്ടുകയും കൊട്ടാരംപോലുള്ള ഒരു ഇരുനിലക്കെട്ടിടം പണികഴിപ്പിക്കുകയും ചെയ്തു. അയാളുടെ മേൽക്കുമേലുള്ള അഭിവൃദ്ധി കണ്ട് നാട്ടുകാർ അതിശയിച്ചു.

ജനാബ് കുഞ്ഞിപ്പോക്കർ ഹാജിയുടെ വരവ് ആറുമാസത്തിലൊരിക്കലാവാൻ തുടങ്ങിയപ്പോൾ ആളുകൾ പല കഥകളും പറഞ്ഞുപരത്താൻ തുടങ്ങി. അയാൾ അറബിയെ പറ്റിച്ച് പണം വാരി വരുന്നതാണെന്നും ബിസ്ക്കറ്റ് കടത്തലാണ് അയാളുടെ പ്രധാന ജോലിയെന്നും ഉള്ള കഥകൾക്ക് പ്രചാരമേറി. അസൂയാലുക്കളുടെ ഫസാദിൽ[11] നിന്നാവാം തുടക്കം. അതിലെ നെല്ലും പതിരും തിരയുന്ന ജോലി നാട്ടിലെ തൊഴിലില്ലാത്ത

---

*7. ക്ലേശം, 8. പ്രിയങ്കരൻ, 9. ചേർച്ച, 10. സ്ത്രീധനം, 11. പരദൂഷണം*

ചെറുപ്പക്കാർക്ക് വിട്ടുകൊടുക്കുക. ഏതായാലും പതിനഞ്ചു വർഷത്തെ ഗൾഫ്‌വാസം ജനാബ് കുഞ്ഞിപ്പോക്കർ ഹാജിയെ നാട്ടിലെ എണ്ണം പറഞ്ഞ പണക്കാരിൽ ഒരാളാക്കി മാറ്റിയിരുന്നു.

അതിനുശേഷമാണ് ഏതു കാര്യത്തിലും തനിക്ക് മുൻപനാവണമെന്ന അയാളുടെ ത്വര ശ്രദ്ധിക്കപ്പെട്ടുതുടങ്ങിയത്. പുളിക്കൽ അവറാൻഹാജി യുമായുള്ള മത്സരത്തിലാണ് അത് ഏറെ പ്രകടമായത്. നാട്ടിലെ പ്രമാ ണിയും ദർസ് കമ്മറ്റി സെക്രട്ടറിയും ആണ് അവറാൻ ഹാജി. തലയെടു പ്പുള്ള തറവാട്ടുകാരൻ. താവഴി പണക്കാരൻ. അയാൾ മൂന്ന് നിക്കാഹ് കഴി ച്ചിരുന്നു. അതുകൊണ്ടുതന്നെ ജനാബ് കുഞ്ഞിപ്പോക്കർ ഹാജി നാല്കെട്ടി. അവറാൻഹാജി രണ്ടുതവണയേ ഹജ്ജ് കർമ്മം നിർവ്വഹിച്ചിട്ടുള്ളൂ. ജനാബ് കുഞ്ഞിപ്പോക്കർഹാജി മൂന്ന് പ്രാവശ്യം മക്കത്ത് പോയി വന്നു.

വയള്[12] നടക്കുമ്പോൾ ഉണ്ടാവാറുള്ള ലേലംവിളിയിൽ പ്രധാന എതി രാളികൾ അവറാൻഹാജിയും ജനാബ് കുഞ്ഞിപ്പോക്കർഹാജിയും ആയി രിക്കും. എതിരാളി വിളിക്കുന്നതിനേക്കാൾ ഒരു ഉറുപ്പികയെങ്കിലും ഏറ്റു വിളിച്ച് ജനാബ് കുഞ്ഞിപ്പോക്കർഹാജി ലേലം ഉറപ്പിക്കും. സാധാരണ ഗതിയിൽ പതിവ് തെറ്റാറില്ല.

ഏത് പിരിവുകാർ വീട്ടിലെത്തിയാലും ജനാബ് കുഞ്ഞിപ്പോക്കർഹാജി ചോദിക്കും:

'ആരാ ഏറ്റവുമധികം പിരിവ് തന്നത്?'

മിക്കവാറും പുളിക്കൽ അവറാനാജിയുടെ സംഭാവനതന്നെയായി രിക്കും ഏറ്റവും വലിയ സംഖ്യ.

'എന്നാ അയിനേക്കാൾ നൂറുറുപ്പ്യ അധികം ചേർത്തോളീൻ.'

ഒരു കാര്യത്തിൽ മാത്രമാണ് ജനാബ് കുഞ്ഞിപ്പോക്കർഹാജിക്ക് അവ റാൻ ഹാജിയുടെ മുന്നിൽ ഓടിയെത്താനാവാതെ പോയത്. മൂന്ന് കെട്ടി യവരിലായി അവറാനാജിക്ക് പതിനൊന്ന് മക്കൾ. ജനാബ് കുഞ്ഞിപ്പോ ക്കർഹാജി കെട്ടിക്കൂട്ടിക്കൊണ്ടുവന്ന നാല് പെണ്ണുങ്ങളും തടിച്ച് കൊഴുത്തു നിറംവെച്ചു എന്നല്ലാതെ പെറ്റില്ല.

ഒരു കുഞ്ഞിനെ മാറോടണച്ച് ലാളിക്കാനുള്ള ആശ മനസ്സിലിട്ടുപോറ്റി, മച്ചകങ്ങളിൽ തപിച്ച നിശ്വാസങ്ങൾ പെറ്റുകൂട്ടി ജനാബ് കുഞ്ഞിപ്പോ ക്കർ ഹാജിയുടെ വീടർമാർ. കാണിക്കാത്ത ഡോക്ടർമാരോ വൈദ്യ ന്മാരോ ഇല്ല. നേരാത്ത നേർച്ചകളില്ല. ഉള്ളാളത്തും അജ്മീരിലും സിയാ റത്ത്[13] കഴിച്ചു. പുതുപൊന്നാനിയിലേയ്ക്ക് വെള്ള നേർച്ചയാക്കി. കുഞ്ഞി

---

*12. മതപ്രസംഗം, 13. തീർത്ഥാടനം*

പ്പള്ളിയിലെ ജാറത്തിനരികിലും[14] ശൈഖിന്റെ മഖ്ബറയ്ക്കരികിലും[15] നിന്ന് ഉള്ളുരുകി ദുആ[16] ചെയ്തു. കുത്തീറാത്തീബ് കഴിക്കാമെന്നും മങ്കൂസ്മൗലൂദ് ചൊല്ലാമെന്നും നേർച്ചയാക്കി. മൂസ മുസ്ല്യാരുടെ എഴുത്തീര്[17] കുടിച്ച് കുടിച്ച് പള്ള വീർത്തു. എന്നിട്ടൊന്നും ഹാജിയുടെ ഭാര്യമാർ പെറ്റില്ല.

'ഓൻ തരാത്തെയീന് ഞമ്മളിപ്പെന്താ ചെയ്യ്യാ!' ജനാബ് കുഞ്ഞിപ്പോക്കർ ഹാജി സമാശ്വസിച്ചു.

'ജമാഅത്ത് പള്ളീലെ മയ്യത്ത്കട്ടിൽ പഴകി പന്നാസായിരിക്കുന്നു. ആകെ പൊളിഞ്ഞ് കോലംകെട്ട്ക്ക്. കാല്കൾ ഉറ കുത്തീരിക്ക്ന്ന്. അതൊന്ന് മാറ്റണം.' പള്ളിക്കമ്മിറ്റി സെക്രട്ടറി തൈക്കണ്ടി ഇബ്രായി അറിയിച്ചു.

'അയിനെന്താ', ജനാബ് കുഞ്ഞിപ്പോക്കർഹാജി പറഞ്ഞു: 'ഇങ്ങനത്തെ ദീനിയായ കാര്യത്തിന് ചെലവാക്കാനല്ലാണ്ട് പിന്നെന്തിനാ പണം? ഞമ്മക്ക് പുതിയതൊന്ന് മാങ്ങാം. അയിനിങ്ങള് പിരിവൊന്നും എട്ക്കണ്ട. അത് ഞമ്മളെ ബക.

ജനാബ് കുഞ്ഞിപ്പോക്കർഹാജിയുടെ പൊന്ന് കെട്ടിയ പല്ലുകൾ തിളങ്ങുന്നു. പിറ്റേന്ന് ളുഹ്റിന്റെ[18] നേരത്ത് ജനാബ് കുഞ്ഞിപ്പോക്കർഹാജിയുടെ വീട്ടുമുറ്റത്ത് ഒരു അൽവിൻനിസ്സാൻ വന്നു നിന്നു. പച്ചച്ചായം തേച്ച ഒരു പുത്തൻ മയ്യത്ത് കട്ടിൽ വരാന്തയിൽ ഇറക്കിവെച്ചു. പണം എണ്ണി വാങ്ങി ലോറിക്കാർ സ്ഥലം വിട്ടു. കമ്മറ്റിക്കാരെ വിവരമറിയിക്കാൻ കാര്യസ്ഥൻ പള്ളിയിലേയ്ക്കോടി.

അപ്പോഴാണ് ജനാബ് കുഞ്ഞിപ്പോക്കർഹാജിയുടെ മനസ്സിൽ ഒരു കനൽ വീണ് ജ്വലിക്കാൻ തുടങ്ങിയത്.

പുളിക്കൽ അവറാനാജി സക്രാത്തിൽ[19] കിടക്കുകയാണ്. ഏതു നിമിഷവും അസ്റായീൽവരാം[20]. റൂഹ് പിടിച്ച്, മലക്കുകൾ ഇല്ലിയ്യീനിലെക്കോ സിജ്ജീലിലേക്കോ[21] കൊണ്ടുപോവും. അതെപ്പോഴാണെന്ന് ആർക്കാ നിശ്ചയമുള്ളത്?

മച്ചിന്മേൽ കൂടുകൂട്ടിയ പ്രാവുകൾ അശാന്തമായി കുറുകുന്നു. ഘടികാരത്തിന്റെ ശബ്ദം, ഉച്ചസ്ഥായിയിലാവുന്നു.

---

*14, 15 പുണ്യാത്മക്കളുടെ ശവകുടീരം, 16. പ്രാർത്ഥന, 17. എഴുത്തുനീര് (പ്ലേയിറ്റികത്ത് നെല്ലിക്കാനീര് ഉപയോഗിച്ച് മന്ത്രം എഴുതിവെള്ളത്തിൽ കലക്കിക്കുടിക്കുന്ന ഒരു ചികിത്സാരീതി), 18. മദ്ധ്യാഹ്ന നിസ്കാരം, 19. അത്യാസന്നനില, 20. റൂഹിനെ പിടിക്കുന്ന മലക്ക്, 21. ആത്മാവ് സൂക്ഷിക്കുന്ന സ്ഥലം.*

ജനാബ് കുഞ്ഞിപ്പോക്കർ ഹാജി ചിന്തയിൽ മുഴുകിയിരിക്കെ മയ്യത്ത് കട്ടിൽ ഏറ്റുവാങ്ങാനായി കമ്മറ്റിക്കാരെത്തി. അവർ കട്ടിലിന്റെ മൊഞ്ചും പത്രാസും കൺകുളിർക്കെ കണ്ടു രസിച്ചു.

'പഷ്ട്' തൈക്കണ്ടി ഇബ്രായി പറയുന്നു. 'ഇത്തിര ചേല്ള്ളൊരു കട്ടില് അട്ത്ത ഒരു മഹല്ലിലുംല്ല.[22]'

അപ്പോഴാണ് പുളിക്കലെ കാര്യസ്ഥൻ ഓടിക്കിതച്ചുകൊണ്ട് ഗെയിറ്റു കടന്നുവന്നത്. അയാൾ ഒരു നായയെപ്പോലെ അണച്ചു. കിതപ്പൊന്നടങ്ങിയപ്പോൾ പറഞ്ഞു:

'ഞമ്മളെ അവറാനാജി മയ്യത്തായി.'

ഇന്നാലില്ലാഹി വ ഇന്നാ ഇലൈഹി റാജി ഊൻ.

ദിവ്യ ഗീതത്തിന്റെ അലയൊലി ചിതറുന്നു.

നിശ്ചയമായും എല്ലാ ജീവജാലങ്ങളും നിന്നിൽനിന്നു വരുന്നു; നിന്നിലേയ്ക്ക് മടങ്ങുകയും ചെയ്യുന്നു.

ജനാബ് കുഞ്ഞിപ്പോക്കർ ഹാജിയുടെ മനസ്സിൽ ഒരു കൊള്ളിയാൻ പാഞ്ഞു.

ഈ മൊഞ്ചൊത്ത കട്ടിലിൽ ആദ്യമായി കിടക്കുന്നത്.

ഒരിക്കൽകൂടി താൻ

'എന്നാ ഞമ്മളങ്ങോട്ട് പൊറപ്പെടല്ലേ?'

ഇബ്രായിയുടെ വാക്കുകൾ ജനാബ് കുഞ്ഞിപ്പോക്കർഹാജിയെ ചിന്തയിൽ നിന്നു തട്ടിയുണർത്തി.

മയ്യത്ത് കട്ടിലും വഹിച്ചുനീങ്ങുന്ന ചെറുപ്പക്കാർക്ക് മുന്നിലായി ജനാബ് കുഞ്ഞിപ്പോക്കർഹാജിയും ഇബ്രായിയും നടന്നു. മൗനം തളം കെട്ടിനിൽക്കുന്ന വഴികൾ.

പുളിക്കൽ വീടും പറമ്പും നിറയെ ആളുകൾ. കോൺക്രീറ്റിട്ട നടവഴിയിലും മുറ്റത്തും കോലായിലും കൂടിനിന്ന് അവർ വർത്തമാനം പറയുന്നു. പടാപ്പുറത്ത് മുസല്യാന്മാർ. ഇരുന്ന് യാസീൻ ഓതുന്നു. ഉലുവാനും ചന്ദനത്തിരിയും പുകയുന്നു. സുഗന്ധം പരന്നൊഴുകുന്നു.

അകത്തുനിന്നുയരുന്ന കരച്ചിലിന്റെ അലകൾ. വിങ്ങിപ്പൊട്ടലുകൾ, മച്ചകങ്ങളിൽ തട്ടിച്ചിതറുന്ന ഗദ്ഗദങ്ങൾ.

മയ്യത്തുകട്ടിൽ കോലായിൽ സ്ഥാപിച്ച് മയ്യത്തുകിടത്തിയ വാതില്ക്കലകത്തേയ്ക്ക് കയറി അവർ. അതിനിടയിൽ ഇബ്രായി പറഞ്ഞു:

---

*22. പ്രദേശം*

'എനി ആരെയാ കാത്ത് നിക്ക്ന്നത്? കുളിപ്പിക്കാനും കഫൻ ചെയ്യാനുള്ള പണി വേഗം നോക്കീൻ.'

അലമുറയിടലിന് ശക്തിയേറി. അവർ അകത്തു കടന്നപ്പോൾ പെണ്ണുങ്ങൾ തട്ടത്താൽ മുഖം മറച്ച് ഒതുങ്ങിനിന്നു. മയ്യത്തിന്റെ തലയ്ക്കലിരുന്ന് രണ്ടു കുട്ടികൾ യാസീൻ ഓതുന്നു.

'മയ്യത്ത് പൊറത്തേക്കെട്ത്തോളീൻ' ആരോ വിളിച്ചു പറഞ്ഞു: 'കുളിപ്പിക്കാനുള്ള മറയൊക്കെ ശരിയായിക്ക്.'

മയ്യത്തു മൂടിയിരുന്ന വെള്ളത്തുണി ആരോ വലിച്ചുനീക്കി.

എന്താണിത്? ആളുകൾക്ക് വിശ്വസിക്കാനായില്ല. മിഴികൾ തിരുമ്മിത്തുടച്ചിട്ട് അവർ ഒന്നുകൂടി നോക്കി. ഇതെങ്ങനെ സംഭവിച്ചു? അവരുടെ ദൃഷ്ടികൾ ഉദ്വേഗത്തോടെ ചുറ്റും പരതി നടന്നു.

മയ്യത്തു മൂടിയ തുണി വലിച്ചുനീക്കിയപ്പോൾ ചലനമറ്റ് വിറങ്ങലിച്ചു കിടക്കുന്ന ജനാബ് കുഞ്ഞിപ്പോക്കർ ഹാജിയെയാണ് അവിടെ കണ്ടത്.

●

# ആളില്ലാത്ത വീട്

**വ**ഴിമടക്കുകളിൽ കാർ അപ്രത്യക്ഷമാവുന്നത് നോക്കിനിൽക്കാൻ ബഷീറിനു കഴിഞ്ഞില്ല; തേങ്ങൽ പണിപ്പെട്ടൊതുക്കി. വിജനമായിത്തീരുന്ന വീടുവിട്ട് ഇറങ്ങി നടന്നു. കണ്ണീരിന്റെ മറ കാഴ്ചയെ വികലമാക്കുന്നു. വഴികൾ താണ്ടി അയാൾ എത്തിപ്പെട്ടത് വലിയ ജുമുഅത്ത് പള്ളിയുടെ പ്രവേശനകവാടത്തിലാണ്.

ചെങ്കല്ല് പടുത്ത നടവഴിയുടെ അറ്റത്ത് ഇരുനിലയുള്ള പുരാതനമായ പള്ളി. വിശാലമായ പള്ളിപ്പറമ്പ്. മുറ്റി വളർന്ന കുറ്റിക്കാട്. പൂത്തുനിൽക്കുന്ന പാലമരക്കൂട്ടങ്ങൾ. പല വലുപ്പത്തിലുള്ള ഖബറിടങ്ങൾ, കെട്ടിയുയർത്തിയ ജാറങ്ങളിൽ പുകയുന്ന ചന്ദനത്തിരികൾ.

ആരോ വിളിക്കുന്നതായി ബഷീറിനു തോന്നി. അയാൾ ചുറ്റും നോക്കി. എങ്ങും ആരുമില്ല. അല്ലെങ്കിൽത്തന്നെ വിളിക്കാനുള്ളവരൊക്കെ പോയില്ലെ?

"മോൻ അവിടെ പാർക്കുന്നില്ലെങ്കിൽ വേണ്ട, ഒന്നവിടം വരെ വന്നിട്ടിങ്ങ് പോന്നുകൂടെ?"

ഉമ്മയുടെ വാക്കുകൾ വിറയാർന്നതും നിസ്സഹായത തുളുമ്പുന്നതും ആയിരുന്നു. വിതുമ്പിക്കൊണ്ട് അവൻ പുതിയാപ്പിളയുടെ മുഖത്ത് ദീനമായ ഒരു നോട്ടമയച്ചു. സുലൈമാൻ ഒരു കൽപ്രതിമ കണക്കെ ഇരിക്കുകയാണ്. പെങ്ങളുടെ കണ്ണുകളും ഈറനാണ്.

"വേണ്ടുമ്മാ, ഞാൻ പിന്നെ വന്നോളാം."

സുലൈമാൻ യാത്രപോലും ചോദിക്കുകയുണ്ടായില്ല. എന്തിൽനിന്നൊക്കെയോ മുക്തി നേടിയ ആശ്വാസം അയാളുടെ മുഖത്ത് തെളിഞ്ഞുനിൽക്കുന്നു.

മനസ്സിൽ ഒരു മഹാവടം വേരറ്റുവീഴുന്നു.

വലതുഭാഗത്തെ പടവിറങ്ങി സെയ്ത് പൂക്കോയതങ്ങളുടെ മഖ്ബറ വലം വെച്ചുപോകുന്ന വഴിയിലൂടെ നടന്നു. മഖാമിനു മുന്നിൽ പണ്ട്

തങ്ങൾ ഉപ്പാപ്പ കുതിരയെക്കെട്ടിയ ഭീമാകാരമായ കരിമ്പന. പനയോല ത്തണ്ടുകളിൽ തൂങ്ങിനിൽക്കുന്ന നരിച്ചീറുകൾ. ഉലുവാന്റെയും ചന്ദന ത്തിരികളുടെയും സുഗന്ധം. തങ്ങളുപ്പാപ്പയുടെ മദ്ഹുകളും കറാമത്തിന്റെ കഥകളും ഉരുവിട്ടോതുന്ന കാറ്റ്. ആരോ വിളിക്കുന്നതായി വീണ്ടും.

വെപ്രാളത്തോടെ ചുറ്റും നോക്കി.

പതിനഞ്ചുവർഷം മുൻപ് ആദ്യമായി ഈ നാട്ടിൽ എത്തിപ്പെട്ടപ്പോഴും ഇവിടെ വെച്ച് ഇതേ അനുഭവമുണ്ടായത് ആശ്ചര്യത്തോടെ ഓർത്തു.

അന്ന്, എങ്ങോട്ട് പോകണമെന്നറിയാതെ കരിമ്പനച്ചോട്ടിൽ പകച്ചു നിൽക്കെ ചുമലിൽ ബലിഷ്ഠമായ ഒരു കൈ വന്നുവീണു. ഭയത്താൽ കണ്ണുകൾ തുറിച്ചു. ഞെട്ടിത്തിരിഞ്ഞു നോക്കി.

ഖദർ മുണ്ടും ജുബ്ബയുമണിഞ്ഞ വെളുത്ത് മെലിഞ്ഞ ഒരാൾ!

ചുമലിൽ പതിഞ്ഞുനിൽക്കുന്ന രോമാവൃതമായ കൈത്തണ്ടയിൽ ഭയ പ്പാടോടെ നോക്കിനിൽക്കെ അയാൾ പറഞ്ഞു: "പേടിക്കേണ്ട."

തെല്ലു മൗനത്തിനുശേഷം അയാൾ ചോദിച്ചു: "മോൻ ആരാ?"

ഉത്തരമേകാനാവാതെ പരുങ്ങി. വിതുമ്പലൊതുക്കാൻ പണിപ്പെടു മ്പോൾ പുറത്തു തട്ടി സമാശ്വസിപ്പിച്ചുകൊണ്ട് അയാൾ പറഞ്ഞു: "മോൻ കരയാതെ... വാ...."

അയാളുടെ കണ്ണുകളിൽ വാത്സല്യത്തിന്റെ കനിവ്.

അയാളെ പിൻപറ്റി നടക്കുമ്പോൾ അങ്കലാപ്പ് ആരായിരിക്കും? അടു ത്തറിഞ്ഞപ്പോൾ ആശങ്കയകന്നു.

എല്ലാം പറഞ്ഞുകഴിഞ്ഞപ്പോൾ പറഞ്ഞറിയിക്കാനാവാത്ത ആശ്വാസം.

വീട്ടിലെത്തിയപാടെ അയാൾ ആഹ്ലാദത്തോടെ വിളിച്ചു: "സൈനൂ, ഇതാരാന്ന് നോക്ക്."

പകച്ചു നിൽക്കുന്ന ഭാര്യയോട് അയാൾ പറഞ്ഞു: "തങ്ങളുപ്പാപ്പാന്റെ മഖ്ബറയ്ക്കരികിൽ തരിച്ചുനിൽക്കുന്നത് കണ്ടപ്പോൾ ഞാനിങ്ങ് കൂട്ടി യതാണ്. കാര്യങ്ങളെല്ലാം ചോദിച്ചറിഞ്ഞു. യത്തീമാണ്. പേര് ബഷീർ. അല്ലാഹുവിന്റെ ഒരു സമ്മാനമാണെന്ന് കരുതിക്കോളൂ. ഇന്നുമുതൽ നമ്മുടെ മൂത്തമോൻ."

ഉമ്മറപ്പടിയിൽ കൗതുകത്തോടെ എല്ലാം നോക്കിനിൽക്കുകയായിരുന്ന മകളെ അരികിൽ വിളിച്ചു ബാപ്പ പറഞ്ഞു: "ഇതാ മോൾക്ക് ഒരു ഇക്കാക്ക."

പകപ്പോടെ കുട്ടി ഓരോരുത്തരെയും മാറിമാറി നോക്കി.

ഇക്കാക്ക-

ഇക്കാക്ക-

ഉരുവിട്ടു പഠിക്കുന്നതുപോലെ കുട്ടി മൊഴിഞ്ഞു.

നിഷേധിക്കപ്പെട്ട പുണ്യഭൂമികളിലേക്കുള്ള വിസ്താരമേറിയ വഴികൾ തുറന്നുകിട്ടിയ ആഹ്ലാദം. കിളികൾ കൂട്ടത്തോടെ ആകാശത്തേക്കു പറന്നുയർന്നു.

പെങ്ങൾ....!

സൽമയുടെ കൈ പിടിച്ച് മദ്രസയിലേക്ക് നടക്കുമ്പോൾ ആരോ പറയുന്നത് കേട്ടു.

"ഒരുമ്മപെറ്റതല്ലെന്ന് തോന്ന്വോ? അല്ലാഹുവിന്റെ ഓരോരോ ഖുദ്റത്തുകൾ! അമ്മാട്ടി മൂപ്പന്റെ ആൺകുട്ടിയില്ലാത്തതിന്റെ ദുഃഖം പടച്ചവൻ തീർത്തു!"

യത്തീംഖാനയുടെ മതിൽക്കെട്ടിനകത്ത് ഓർമ്മ പറന്നുവീഴുന്നു. ദൈന്യം നിഴലിടുന്ന കുരുന്നു ജീവിതങ്ങൾ. യാന്ത്രികമായ ദിനചര്യ. സദാ അടഞ്ഞു കിടക്കുന്ന കവാടം. ആർത്തിപൂണ്ട ദൃഷ്ടി മതിലിനപ്പുറത്തേക്ക് നീളുന്നു. തുറസ്സേറിയ ആകാശം ചുറ്റിപ്പറക്കുന്ന കിളിക്കൂട്ടങ്ങൾ. സ്കൂട്ടറിനു പിന്നിൽ പിതാവിനോടൊപ്പം ചേർന്നിരുന്നു പോകുന്ന സമപ്രായക്കാർ. മാതാവിനോട് കിന്നാരം പറഞ്ഞു നീങ്ങുന്നവർ....

കൂട്ടം തെറ്റിപ്പോയ കിളി തേങ്ങുന്നു.

വീണുകിട്ടിയ സൗഭാഗ്യങ്ങൾ തട്ടിത്തെറിപ്പിക്കാൻ വേണ്ടിയുള്ള ആക്രമണങ്ങൾ.

"ബുലൂഖായ ഒരു പെൺകുട്ടിയില്ലേ ഇവിടെ?" അവർ ചോദിക്കുന്നു.

"അതിന്?" ബാപ്പയുടെ പരുഷമായ ശബ്ദം.

"ഒരു ബന്ധവുമില്ലാത്ത ഒരാൾ ഇനിയും ഇവിടെ ഇങ്ങനെ? ഇപ്പോൾത്തന്നെ ആളുകൾ പലതും പറയുന്നുണ്ട്."

"ആളുകൾക്ക് മനസ്സിലാക്കാനാവുകയില്ല." ബാപ്പയുടെ ശബ്ദം രോഷാകുലമായി: "ഒരേ ഉമ്മാന്റെ വയറ്റിൽ നിന്നുവന്നില്ല എന്നല്ലാണ്ടുണ്ടോ? എനിക്ക് അവർ തമ്മിൽ ഒരു വ്യത്യാസവും തോന്നീട്ടില്ല ഇതുവരെ."

"ഞങ്ങൾ പറയേണ്ടത് പറഞ്ഞു. ഇനിയെല്ലാം നിങ്ങളുടെ ഇഷ്ടം."

റബ്ബേ....

ചില്ലുഗോപുരങ്ങൾ തകർന്നുവീഴുന്നു.

ഒരു ബന്ധവുമില്ലാത്ത ഒരാൾ....

മനസ്സിൽ കനൽവീണു ജ്വലിക്കുന്നു.

സൽമയ്ക്കു വേണ്ടി നടത്തിയ വിവാഹാലോചനകളൊന്നും അടുക്കാതെ പോയപ്പോൾ വല്ലാത്ത വേവലാതി. ശപ്തമായ ജന്മത്തിന്റെ വേപഥു. മനസ്സു വായിച്ചിട്ടെന്നോണം ബാപ്പ സാന്ത്വനിപ്പിച്ചു.

"മോൻ വിഷമിക്കണ്ട. ഓരോന്നിനും അതാതിന്റെ നേരവും കാലവുമുണ്ട്. അതെത്താതെ ഒന്നും നടക്കുകയില്ല."

നിരന്തരമായ അന്വേഷണങ്ങൾക്കൊടുവിൽ ഒത്തുവന്നതാണ് സുലൈമാനുമായുള്ള ബന്ധം. ഒത്തുകിട്ടുമോ എന്ന സംശയമായിരുന്നു ആദ്യം എല്ലാവർക്കും. പേരും പെരുമയും ഉള്ള തറവാട്.

അളവറ്റ സ്വത്ത്. ആണ്ടോടാണ്ട് തിന്നാൽ തീരാത്ത കൃഷി. ഏകമകൻ. സുമുഖനും സൽസ്വഭാവിയുമായ ചെറുപ്പക്കാരൻ. വനംവകുപ്പിൽ ഉയർന്ന ഉദ്യോഗം. ദല്ലാൾ മൊയ്തുവിന്റെ വായ്ത്താരി തടസ്സങ്ങൾ ഊതിപ്പറപ്പിച്ചു.

കല്ല്യാണം കഴിഞ്ഞതിന്റെ മൂന്നാം നാൾ.

ഓർമ്മ കിടിലമുണർത്തുന്നു.

സുബ്ഹി നിസ്ക്കരിച്ചെഴുന്നേൽക്കവെ ബാപ്പ മുസ്സല്ലയിൽ കുഴഞ്ഞുവീണു. ആശുപത്രിയിലെത്തും മുൻപ് അസ്റായീൽ എത്തിയിരുന്നുപോലും. ഒരു നോക്ക് കാണാൻ പോലുമായില്ല. ബോധം വരുമ്പോഴേക്ക് എല്ലാം കഴിഞ്ഞിരുന്നു. ദുആ ഇരക്കൽ കഴിയുന്നതുവരെ താൻ ആ കിടപ്പിൽ കിടന്നു.

രണ്ടുമാസം കഴിഞ്ഞപ്പോൾ സുലൈമാൻ പറഞ്ഞു.

"ഓഫീസിനടുത്ത് ഞാൻ ഒരു വീട് വാങ്ങിയിട്ടുണ്ട്. ഞങ്ങൾ താമസം അങ്ങോട്ടുമാറ്റുകയാണ്. വയസ്സുകാലത്ത് ഉമ്മാനെ ഇവിടെ നിർത്താൻ നിവൃത്തിയില്ല. അവരെ ഞങ്ങൾ കൊണ്ടുപോകും. പിന്നെ നിങ്ങൾ - നിങ്ങളും കൂടെ പോരണമെന്നാണ് സൽമ നിർബ്ബന്ധം പിടിക്കുന്നത്. പക്ഷേ, അത് നിങ്ങൾക്ക് ബുദ്ധിമുട്ടാവുമെന്ന് ഞാനവളെ ബോദ്ധ്യപ്പെടുത്തിട്ടുണ്ട്."

അടിവയറ്റിൽനിന്ന് ഒരു അഗ്നിജ്വാല മേൽപ്പോട്ടുയർന്നു. ഉരുണ്ടുകൂടിയ കണ്ണീർ സുലൈമാൻ കാണാതിരിക്കാൻ മുഖം തിരിച്ചു.

യാ അല്ലാഹ്....

വീണ്ടും....

വിജനമായ മരുഭൂമിയിൽ ഒറ്റപ്പെട്ടുപോയവന്റെ വിലാപധ്വനി.

ഒരു ബന്ധവുമില്ലാത്തവൻ.

ഉമ്മയും സൽമയും നിർബന്ധിച്ചപ്പോൾ പറഞ്ഞു.

"ഈ വീടും സ്ഥലവും വിൽക്കുന്നതുവരെ ഇവിടെ ആരെങ്കിലും വേണ്ടെ? അതുവരെ ഞാനിവ്ടെ...."

അവരുടെ നിർബ്ബന്ധത്തിന്റെ മുനയൊടിഞ്ഞു.

ഇന്നലെ സാധനങ്ങൾ വീടുമാറ്റുന്നതിന്റെ തിരക്കായിരുന്നു.

ഇന്ന്-

മീസാൻ കല്ലുകൾക്കും നൂച്ചിൽക്കാടുകൾക്കും ഇടയിലൂടെ നീളുന്ന വഴികൾ മുറിച്ചുകടന്ന് ബഷീർ ഖബർ സ്ഥാനിയുടെ ഉൾഭാഗത്ത് കടന്നു. ചേർന്നു നിൽക്കുന്ന രണ്ടു പാലമരങ്ങൾക്കടുത്ത് ബാപ്പയുടെ ഖബറിടം മീസാൻ കല്ലുകൾക്കരികിൽ നാട്ടിയ പാലക്കമ്പുകൾ കരിഞ്ഞുപോയിരിക്കുന്നു.

ഖബറിടത്തിലെത്തിയതും ബഷീറിന്റെ സർവ്വനിയന്ത്രണങ്ങളും കൈവിട്ടു പോയി. അയാൾ ഖബറിടത്തിൽ കമിഴ്ന്നുവീണു ഏങ്ങിയേങ്ങിക്കരഞ്ഞു. മീസാൻ കല്ല് കണ്ണീരിൽ കുതിർന്നു.

ചുമലിൽ ബലിഷ്ഠമായ ഒരു കരസ്പർശം. ഞെട്ടി; ചുറ്റും അലൗകികമായ ഒരു പ്രകാശം പ്രസരിക്കുന്നു. പ്രകാശത്തിനു നടുവിൽ കണ്ണുകളിൽ വാത്സല്യത്തിന്റെ കനിവുമായി നിൽക്കുന്ന ബാപ്പ!

"എഴുന്നേൽക്ക്." പിടിച്ചുയർത്തിക്കൊണ്ട് കനിവൂറുന്ന സ്വരത്തിൽ ബാപ്പ പറഞ്ഞു: "അവരൊക്കെ പോയി അല്ലേ...? മോൻ വ്യസനിക്കേണ്ട. കൂട്ടത്തിൽ പോകാതിരുന്നത് നന്നായി. ഒരധികപ്പറ്റായി എത്രനാൾ കഴിയാനാവും."

ബാപ്പ മൂർദ്ധാവിൽ ചുംബിച്ചു. അസാധാരണമായ ഒരു തണുപ്പ് ആഴ്ന്നിറങ്ങുന്നു.

ഒരു കുഞ്ഞിനെയെന്നോണം ബഷീറിനെ വാരിയെടുത്ത് ബാപ്പ ചുമലിലിട്ടു. ബാപ്പയുടെ ചുമലിൽ അവാച്യമായ ആശ്വാസവും കുളിർമ്മയും ബഷീറിന് അനുഭവപ്പെട്ടു. സർവവ്യഥകളും അർപ്പിക്കുന്ന മട്ടിൽ ചുമലിൽ മുഖമുയർത്തി അയാൾ. അമ്മയുടെ മാറിൽ മയങ്ങുന്ന ഒരു കുഞ്ഞിന്റെ

ശാന്തത അയാളുടെ മുഖത്ത് കളിയാടിയിരുന്നു. ബാപ്പയെ വലയം ചെയ്തു നിന്ന പ്രകാശം ബഷീറിനു ചുറ്റും വ്യാപിച്ചു.

പ്രകാശവലയം ഭൂമിവിട്ടുയരാൻ തുടങ്ങിയത് ബഷീർ ആ കിടപ്പിലും കാണുകയുണ്ടായി. പ്രകാശത്തോടൊപ്പം അവർ ഉയർന്നുയർന്നു പോവുകയാണ്. ഭൂമിയും അതിലെ വസ്തുക്കളും ചെറുതായി വരുന്നു. അവ കൂടുതൽ തെളിമയാർന്നതായി മാറിയിരിക്കുന്നു. ഇപ്പോൾ അയാൾക്ക് എല്ലാം വ്യക്തമായി കാണാനാവുന്നുണ്ട്. പള്ളിയും നൂച്ചിൽ കാടുകളും പാലമരക്കൂട്ടങ്ങളും തങ്ങളുപ്പാപ്പയുടെ മഖ്ബറയും കൂറ്റൻ കരിമ്പനയും തലകീഴായി നിൽക്കുന്ന വവ്വാലുകളും ആളില്ലാത്ത പഴയ വീടും സൽമയും ഉമ്മയും പാർക്കുന്ന പുതിയ വീടും എല്ലാം സ്പഷ്ടമായി കാണാം.

●